MALLAN MAARAPPAN QUESTION AND ANSWERS

மல்லன் மாறப்பன் வினா விடைகள்

G S VIJAYALAKSHMI

Copyright © G S Vijayalakshmi
All Rights Reserved.

பாடம் 7 மல்லன் மாறப்பன்.

பிரிவு 1 - (வினாக்கள்)

1. மாறப்பனின் தோற்றமும், தன்மையும் எத்தகையது?

.

சோழ வளநாட்டின் கட்டிளங்காளை மாறப்பன்

.

சோம்பறேயாக வாழத் தெரியாதவன்

.

நேர்மைத் திறனும், உடலிலே வலுவும் கொண்ட உழைப்பாளி

.

உடல் உறுதிகளை வெளிப்படுத்தும் விளையாட்டுக்களில் நாட்டம் கொண்டவன்

.

சிலம்பம் சுழற்றுவதில் சிங்கம்

.

தோள் தட்டி, மார் தட்டி, தொடை தட்டி மல்யுத்தக் களத்தில் இறங்கினால் எதிரியின் முதுகிற்கு மண் காட்டுபவன்.

.

கட்டமஸ்தான உடல்.

.

களையான முகம்

.

நல்ல உயரம்

2. களத்து மேட்டில் நடந்தது என்ன?

.

களத்துமேட்டில் தன்னை ஒத்த வாலிபர்களுடன் விளையாட்டாக மல்யுத்தம் செய்வான் மாறப்பன்.

• அவரவர் தம் திறமையைக் காட்டிக் கட்டிப்புரண்டு கொண்டிருந்தனர்.

• அவன் எதிரியின் முதுகிற்கு மண் காட்டுவதில் மனைப்பாய் இருந்து,

• தன் தோழர்களிடையே வெற்றிவீரனாகத் தலைநிமிர்ந்து நின்றான்

3. ஆந்திரநாட்டுக்காரன் தோற்றம் எத்தகையது?

? கைப்பிடி அளவுக்கு பெரிய மீசை கொண்டவன்

? தலை தாங்கா அளவுக்குப் பெரிய முண்டாசு

? கங்கணம் பூண்ட கைகள்

? ஒரு கையில் வலுவானதோர் தடி உடையவன்

ஆந்திரநாட்டுக்காரன்.

4. ராயர் ராஜ்யம் குறிப்பு வரைக.

• விஜய நகர மன்னர் கிருஷ்ணதேவராயரின் ராஜ்யம்

தான் ராயர்ராஜ்யம்.

• தமிழ் நாட்டிற்கு வடக்கே உள்ள ஆந்திர நாட்டையும்

அதன் தலைநகரமான விஜய நகரத்தையும்

ஆண்டுவருபவர்

• புகழ்பெற்ற மன்னர்.

5. மாறப்பன் எதனால் ராயரை சந்திக்க விரும்பினான்?

? ஆந்திர நாட்டுக்காரன் ராயரின் மற்பேரைப்

புகழ்ந்ததாலும்,

? கிணற்றுத் தவளையாக இல்லாமல் பிற

நாடுகளையும் நாகரிகங்களையும், மனிதர்களையும்

பார்க்கவேண்டும் என்ற எண்ணம் இருந்ததாலும்,

? ராயர் ராஜ்யத்திற்குச் சென்று, கிருஷ்ணதேவராயரின்

மற்பேரைக் காணவேண்டும் என்று மாறப்பன்

விரும்பினான்.

6. மாறப்பனின் தாய் எப்படிப்பட்டவர்?

மாறப்பன் அவன் தாய்க்கு ஒரே பிள்ளை என்பதால் அவனையே உலகமாகக் கருதிவந்தாள் அவன் அன்னை.

மாறப்பனும் தன் தாயிடம் அன்பும் பாசமும் கொண்டு விளங்கினான்.

7. மாறப்பன் தன் தாயிடம் என்ன கூறினான்?

மாறப்பன் அவன் அன்னையிடம்,

ராயர் புகழ்பெற்ற மல்லர் என்பதையும்,

மல்லர்களை வரவேற்று களெரவிப்பார் என்பதையும்,

அவர் நாடு மிகவும் செழிப்பானது என்றும்,

அங்கு சென்றால் தனக்கு நல்ல பதவி கிடைப்பதோடு சிறந்த எதிர்காலமும் உருவாகும் என்று கூறினான்.

8. மாறப்பனின் புறப்பாடும் தாயின் மறுமொழியும் யாது?

v.

மாறப்பன் தன் ஒரே மகன் என்பதால்,

v.

தன் தள்ளாத வயதில் மாறப்பனைப் பிரிய மனமின்றி, வேறு வழியின்றி அவன் எதிர்கால நலன் கருதி அரை மனதுடன் அவன் செல்ல அனுமதித்தாள் அவன் அன்னை.

v.

அதற்கு மாறப்பன் அவளை நோக்கி, "கவலைப்படாதே அம்மா! உன்னைப் பிரிந்து என்னாலும் வாழ இயலாது. சிறிது காலம் பொறுத்துக்கொள்.

v.

ராயரின் ராஜ்யத்தில் எனக்கு நல்ல பதவி கிடைத்தால், உன்னையும் கூட்டிச் செல்கிறேன்.

v.

நீ கண் கலங்கினால் என்னால் சந்தோஷமாக போகமுடியாது. என்னை ஆசி கூறி அனுப்பு" என்று கூறி அன்னையிடம் விடைபெற்று சென்றான் மாறப்பன்.

9. மாறப்பன் ராயரைக் காண எவ்வாறு சென்றான்?

.

ராயரைக் காணும் விருப்பத்துடன் தனக்குத் துணையாக சிலம்பம் கழியை எடுத்துக்கொண்டான்.

.

பலநாள் பயணப்பட்டு, தமிழகத்தைக் கடந்து, ஆந்திரநாட்டுக்கு வந்து விஜயநகரம் செல்லும் வழியை விசாரித்துக்கொண்டே தன் நடையை துரிதப்படுத்தினான்.

10. மாறப்பன் வழியில் கண்ட குதிரை பற்றிய

நிகழ்வுகளை எழுதுக.

.

மாறப்பன் நகரின் எல்லையில் வரம்பொழுது இருவர் குதிரையில் வந்து கொண்டிருந்தனர். அதில் ஒருவனின் குதிரை மேலே தொடர்ந்து செல்லாமல் முரண்டுபிடித்ததால் அவன் சினம் கொண்டு, அதனை அடித்துத் துன்புறுத்தினான்.

.

அக்குதிரைக் கோபத்தோடு உடலைக் குலுக்கி அவனை விசிறி அடித்து கீழே

தள்ளியது.

11. மாறப்பன் எதனால் திணறினான்?

•

மாறப்பன் தொலைவில் நின்று வேடிக்கைப் பார்த்துக்கொண்டிருந்த போது குதிரையால் தாக்கப்பட்டவன் அவன்மீது போய் விழுந்தான்.

•

அவனும் மாறப்பனைப் போலவே பலசாலியானதால், மாறப்பன் மூச்சுத்திணறி திக்குமுக்காடினான்.

•

அவன் தன் நிலைக்கு வர சிறிது நேரமாயிற்று.

12. மாறப்பன், திருமலைக்கும் எதனால் ஏற்பட்டது?

○

மாறப்பன் ராயரைக் காணச்சென்ற வழியில் குதிரையில் வந்த இருவரில் ஒருவனின் சினத்தால் குதிரை பாதிக்கப்பட்டது.

○

சினம் கொண்ட அது அவனைக் கீழே தள்ளியது.

○

குதிரையை அன்புடன் கையாளத் தெரியவில்லையே இவனுக்கு என்று தன்னை மறந்து உரக்கக் கூறியதாலும், அவனைப் பார்த்து சிரித்ததாலும் இருவருக்கும் இடையே பெலத்த சண்டை மூண்டது.

13. திம்மராயனிடன் திருமலை என்ன கூறினான்?

திருமலை, திம்மராயா போதும்! இந்தக்காட்டானோடு செய்யும் உன் விளையாட்டை
விடுத்து விரைவில் வா! பந்தயத்திற்கு நேரமாகிறது என்றான்.

அதோடு உன் முட்டாள் தனத்தை யாரிடம் காட்டுகிறாய்? என்று மாறப்பனைப்
பார்த்துக் கூறினான்.

14. திருமலையிடம் திம்மராயன் கூறியது என்ன?

இந்த சண்டை எல்லாம் உன்னால்தான். இல்லையேல் நாம் எப்பொழுதோ
சென்றிருக்கலாம். வீணாக இந்த நாட்டுப்புறத்தானோடு சண்டையும்
வந்திருக்காது என்றான் திம்மராயன்.

15. மாறப்பன் எதனால் சினம் அடைந்தான்? பின்னர்

என்ன செய்தான்?

திருமலை தன்னை காட்டான் என்று கூறியதால் மாறப்பன் சினந்தான். பின்னர், மாறப்பன்
காட்டானோடு முஷ்டி பலத்தைப் பார் என்று மேலும் திருமலையின் மீது ஒரு
குத்துவிட்டான்.

16. மாறப்பன் திம்மராயன் சண்டையை விவரி.

திம்மராயன் விட்ட குத்துகளை கனிந்தும், நகர்ந்தும், தாவியும் பலனற்றதாக்கிவிட்டான் மாறப்பன்.

அப்போது பாய்ந்த திம்மராயனின் ஆக்ரோஷமான குத்து அங்கிருந்த ஒரு மரத்தில் பாய்ந்து. அவன் முஷ்டியின் தோல் சிதைந்து இரத்தம் களெட்ட ஆரம்பித்தது. ஐயோ! என் கை முறிந்துவிட்டதே! என்று வலிபெறுக்க இயலாமல் கத்தினான் திம்மராயன்.

17. மாறப்பன் திம்மராயனிடம் கூறியது என்ன?

தன்னை வேகமாகத் தாக்க வந்து கீழே

விழுந்திருக்கும் திம்மராயனை வாய்யா! பீமசேனோ!

என்னை ஒரே குத்தில் வீழ்த்திவிடுவேன் என்றாயே!

என்னவாயிற்று? என்று கேட்டும் அவன்

எழுந்திருக்காமல் அமர்ந்திருப்பதைக் கண்ட அவன்

அருகில் சென்று அவன் காயத்தைக் கண்டு

வருந்தினான்.

18. அடிபட்ட திம்மராயனைக் குறித்து திருமலை

மாறப்பனிடம் கூறியதும் அதற்கான மாறப்பனின்

பதிலையும் கூறுக.

திருமலை, மாறப்பனை நோக்கி. அடப்பாவி! என்ன காரியம் செய்துவிட்டாயே? ஐயாயிரம் வராகன் அரோகரா! என்று வருந்திக் கூறியதும்,

மாறப்பன் அவனிடம் என்னை மன்னியுங்கள் ஐயா! அவர் குத்து மரத்தில் பதியும் என்று நான் எதிர்பார்க்கவில்லை என்று வருந்திக்கூறினான்.

19. மாறப்பனைக் குறித்து திம்மராயன் திருமலையிடம்

கூறியதும் அதற்கான பதிலும் யாது?

திம்மராயன் திருமலையிடம், "திருமலை! அவனை ஒன்றும் சொல்லாதே தவறு என்னுடையதுதான் என்று வருந்திக்கூறினான்.

அதற்குத் திருமலை , " பெரிதாக அந்த அபிசீனிய முரடனை ஜெயித்துக் காட்டுவதாக சவால் விட்டாயே! இப்பெழுது என்ன செய்யப் போகிறாய்?" என்றான்.

அதற்கு திம்மராயன் பாத்ஷாகான் வெறும் மாமிச மலை. ஏன், எனக்குப் பதிலாக இந்த வாலிபன் இந்த சவாலை ஏற்கப் போகிறான் இது உறுதி மிக்கத் திண்டதோள்கள் என்று மாறப்பனின் முண்டாவை அழுத்திக்காட்டினான் பெருமையோடு.

20. திம்மராயனுக்கும் மாறப்பனுக்கும் எவ்வாறு நட்பு

ஏற்பட்டது?

• திம்மராயன், திருமலையிடம் தன் மீது வைத்துள்ள

நம்பிக்கையை குறித்து பேசியதை எண்ணி வியந்த

மாறப்பன் அவரோடு நட்பு பாராட்டத் தொடங்கினான்.

21. திம்மராயன் மாறப்பனிடம் கேட்டுக்கொண்டதும்

அதற்கான மாறப்பனின் பதிலும் யாது?

இளைஞனே! என்னோடு போட்டது போல்

பந்தயைச் சண்டை போடுகிறாயா? என்று கேட்டான்.

அதற்குத் மாறப்பன், பந்தயச் சண்டையா? யாரோடு?

எங்கு? எதற்காக? என்று ஒன்றும் புரியாதவனாய்

வினவினான்.

மல்லன் மாறப்பன்

பாகம் 2 வினாக்கள்

1. தமிழ்நாட்டில் வணிகம் செய்யவந்தவர்களை

வரிசைப்படுத்துக.

தமிழ்நாட்டில் வணிகம் செய்யவந்தவர்கள்:

? ஐரோப்பியர்கள்

? டச்சுக்காரர்கள்

? போர்த்துக்கீசியர்

? பிரஞ்சுக்காரர்கள்

? ஆங்கிலேயர்கள் ஆகியோர்.

2. தமிழ் நாட்டிற்கு வந்த வியாபாரிகளின் செயல் யாது?

v.

தமிழ்நாட்டின் கடலோரப் பகுதிகளில் ஆங்காங்கே தறுமை ஙங்களயையெடுத்து, அப்பகுதிகளை ஆண்ட மன்னர்களின் உதவியுடன், பண்டக சாலைகள் அமைக்க நிலப்பகுதிகளைப் பெற்றுக்கொண்டு கோட்டைகள் கட்டிக்கொண்டார்கள்.

v.

தற்காப்புக்கு என்ற பெயரில் படைகளையும் வைத்துக்கொண்டனர்.

v.

நாளடைவில் பாரதமக்களின் ஒற்றுமையின்மையை சாதகமாக்கிக்கொண்டு, தங்களின் நவீன ஆயுதங்களின் உதவியோடு, வியாபாரத்திற்காக வந்த அவர்கள் பாரத மக்களை அடிமையாக்கிக் கொண்டு ஆளத் தொடங்கினர்.

3. ராயருடன் போர்த்துக்கீசியர் எவ்வாறு நட்பு

கொண்டனர்?

? போர்த்துக்கீசியர்கள் மன்னருக்கு அரபுக்குதிரைகளை

வழங்கியᴗம்,

? மேலேநாட்டᴗப் பொரᴗள்களை வழங்கியᴗம் அவரᴗடன்

நட்பᴗ கொண்டᴗ தங்களின் வியாபார ஸ்தலங்களை

ஏற்படᴗத்திக்கொண்டனர்.

4. ராயர் எதில் ஆர்வமாக இரᴗந்தார்?

அந்நியரின் கலாச்சாhரங்களை மதித்தᴗ, அவற்றைக்

கற்றᴗக்கொள்வதில் ஆர்வமாய் இரᴗந்தார்

கிரᴗஷ்ணதேவராயர். ஏனெனில் நம்நாட்டᴗ

மல்யᴗத்தத்தில் வல்லவரான அவர், ஐரோப்பிய கᴗத்தᴗச்

சண்டைகளில் ஆர்வம் காட்டினார்.

5. திம்மராயன் யார்?

போர்த்தᴗக்கீசியர்களிடம், அவர்களின்

கᴗத்தᴗச்சண்டையில் பயிற்சி பெறᴗமாறᴗ தம் வீரர்களில்

சிலரை ஊக்கᴗவித்தார் கிரᴗஷ்ணதேவராயர். இவ்வாறᴗ

அயல்நாட்டுக் குத்துச்சண்டைகளில் பயிற்சிபெற

அனுப்பப்பட்டவர்களுள் ஒருவன் தான் திம்மராயன்.

6. வலுவான உடல் அமைப்பு எதற்குத் தவேை?

மற்பேருக்கும், குத்துச்சண்டைக்கும் நல்ல வலுவான

உடலமைப்புத் தவேை.

7. பாத்ஷாகான் யார்?

. பேர்த்துக்கீசியர் தங்களின் கோட்டைப் பகுதியில் அடிக்கடி குத்துச் சண்டை
போட்டிகள் நடத்துவர்.

. அத்தகைய போட்டிகளில் பங்குபெற வந்தவன்தான் அபிசீனிய குத்துச்சண்டை வீரனான
பாத்ஷதகான்.

8. திம்மராயன் எதற்குச் சவால் விட்டிருந்தான்?

அபிசீனிய குத்துச்சண்டை வீரனான பாத்ஷாகானுடன்

போட்டியிட்டு சண்டையில் வென்றுகாட்டுவதாக

திம்மராயன் சவால்விட்டிருந்தான்.

9. திம்மராயன் எதனால் மாறப்பனரோடு நட்பு

களொண்டான்? பின்னர் என்ன சயெதான்?

? திம்மராயனுக்கு தமிழக இளைஞனான மாறப்பனை,

அவன் வல்லமயை, போரிடும் லாவகத்தைப்

பிடித்திருந்தது. அதனாலயே திம்மராயன்

மாறப்பனரோடு நட்புகளொண்டான்.

? தனக்குப்பதில் பாத்ஷாகானுடன் சண்டயிட

அனுமதிபெறுகிறான்.

? மலேயும் சண்டயின் விதிமுறைகளயையும்

மாறப்பனுக்கு விளக்குகிறான்.

10. திம்மராயன் குத்துச்சண்டைப் பற்றி மாறப்பனிடம்

என்ன குறினான்?

.

எதிரியின் குத்துக்களை லாவகமாகத் தடுத்து, நம் வலுவான குத்துகளை
அவர்களின் மீது பதிக்கவேண்டும்

.

அவ்வாறு பதியும் குத்துக்கள் எதிரியை நிலகைலயைச் சயெயும் என்று திம்மராயன்
மாறப்பனிடம் குத்துச்சண்டையைப் பற்றிக் குறியதோடு , அவனிடம் அந்த லாவகம்

இரப்பதையும் உணர்த்தினான்.

11. அபிசீனிய வீரனுக்கு உவமையாகக் கூறப்பட்டது எது?

அவன் தோற்றம் எத்தகையது?

அபிசீனிய வீரன் புராணங்களில் வரும் ராட்சதனைப்

போல் இருந்தான். அவன் உருவம் கரலே என்று

காணப்பட்டது.

12. சதித்திட்டம் தீட்டியவர் யார் யார்? எதனால்?

•

சதித்திட்டம் தீட்டியவர் திருமலையும், பாத்ஷாகானுடன் கூதோக வந்த
ஃபெர்னாண்டஸ{ம் ஆவர்.

•

ஏனெனில் பறங்கியர்கள் குத்துச் சண்டையின்போது 'அவன்தான் ஜெயிப்பான், இவன்
தான் ஜெயிப்பான் என்று சண்டையிடும் வீரர்களின் மீது பந்தயம் கட்டுவர்.

•

எனவே திம்மராயனுடன் வந்த திருமலையும், பாத்ஷாகானுடன் வந்த பெர்னாண்டஸ{ம்
சதிதிட்டம் தீட்டினர்.

13. திருமலை பந்தயம் குறித்து ஃபெர்னாண்டஸிடம்

என்ன கூறினான்?

v.

திம்மராயனுக்கு கையில் காயம் ஏற்பட்டதைச் சாதகமாக்கிக் கொண்டு அவனுக்குப்பதில் பாத்ஷாகானுடன் மோத ஒரு பொடியனைத் தேர்ந்தெடுத்துள்ளேன்.

v.

புதியவனுக்கு அனுபவம் கிடையாததால் அவன் தோற்பது உறுதி.

v.

எனவே பந்தயப் பணத்தில் பாதியை எனக்குத் தந்துவிடவேண்டும் என்று திருமலை பந்தயம் குறித்து ஃபெர்னாண்டஸிடம் கூறினான்.

14. ஃபெர்னாண்டஸ் திருமலையிடம் என்ன கூறினான்?

அதற்கு திருமலையின் பதில் யாது?

.

ஃபெர்னாண்டஸ் திருமலையிடம், பாத்ஷாகானுடன் போரிடுவது பற்றிய உங்களின் புதிய ஏற்பாடு எனக்கு மிகுந்த உற்சாகத்தை அளிக்கின்றது.

.

பாத்ஷாகான் உன் ஆளைப் புரட்டி எடுத்துவிடுவான். வெற்றி நம் பக்கம்தான். அதில் சந்தேகம் இல்லை.

.

இருப்பினும் புதியவனைப்பற்றி எனக்கு ஒன்றும் தெரியாதே என்று கூறினான்.

.

அதற்குத் திருமலை கவலைப்படாதே. அதற்கு நான் ஒரு முன்னேற்பாடு செய்துள்ளேன் என்று பதில் அளித்தான்.

15. அரங்கத்தில் திம்மராயன் மாறப்பனை எவ்வாறு

தயார் செய்தான்?

.

கு்த்து்ச்சண்டை அரங்கத்தில் திம்மராயன் மாறப்பனைத் தயார்
செய்து்கொண்டிரு்ந்தான்.

.

மாறப்பா! அந்த மாமிசமலை பாத்ஷாகான் இடது்கை பழக்கமு்ள்ளவன்.

.

எனவே அவனது் இடது்கை கு்த்து்க்களை கவனமாகக் கவையொளவேண்டு்ம்.

.

அவனு்டைய வலது்கை வீச்சு்கள் மிகவு்ம் செ ௱த்தையானவை.

.

அவனு்டைய தோற்றத்தைக் கண்டு பயந்து்விடாதே! என்று திரு்மலை மாறப்பனிடம்
கூ றினான்.

16. ஒப்பந்தத்தை திரு்மலை ஃபெர்னாண்டஸிடம் எவ்வாறு

நினைவு் படு்த்தினான்?

பாத்ஷாகான் மீது்தான் மக்கள் அனைவரு்ம் ஏராளமாகப் பணம் கட்டியு்ள்ளனர். எனவே நம்
ஒப்பந்தத்தை மறந்து்விடாதே! என்று மீண்டு்ம் ஃபெர்னாண்டஸிடம் தன் ஒப்பந்தத்தை
நினைவு் படு்த்தினான் திரு்மலை.

17. கு்த்து்ச் சண்டையில் திரு்மலையின் ஏற்பாடு யாது்?

பறங்கிய ஏஜெண்ட் ஒரு்வனின் மூ லம் ஒரு் ஈயக் கு்ண்டை கொடு்த்தனு்ப்பி அதனை
பாத்ஷாகானிடம் தந்து, அவன் வலக்கையில் அதனை மறைத்து் அந்தக்கை மு்ஷ்டியை
சு்ற்றிக் கட்டு்ப்போட்டு்க் கொள்ளச் செய்தான் திரு்மலை. இது்வே அவன் செய்த
கு்த்து்ச்சண்டை ஏற்பாடாகு்ம்.

18. அரங்கக் கூட்டத்தில் இருந்த ஒருவன்

பாத்ஷாகானைப் பற்றி வினவியதும் அதற்குத்

தரப்பட்ட விளக்கமும் யாது?

.

அரங்கத்தில் இருந்த ஒருவன் ஏன் பாத்ஷாகானின் கக்க்குக் கட்டுப்படோடுகிறீர்கள் என்று வினவினான்.

.

அதற்கு, கண்ணாடி மதுக்கிண்ணம் உடைந்து இன்று காலையில் பாத்ஷாகானின் வலது கையில் காயம் ஏற்பட்டுள்ளது.

.

அவர் இடக்கைப் பழக்கம் உள்ளவர்.

.

ஆகையால் வலது கையைத் தவறுதலாகப் பயன்படுத்த நேரிடும்போது, காயத்தின் வலி பாதிக்கப்படாமல் இருக்கவே இந்த முன்னறேற்பாடு என்று விளக்கம் தரப்பட்டது.

19. திருமலை மற்றும்ஃபெர்னாண்டஸின் திட்டம் யாது?

இடக்கைப் பழக்கம் உள்ள பாத்ஷாகான், வலது கை வீச்சில் கவனக் குறைவாக செயல்படும்பொழுது, அதிலுள்ள ஈயக்குண்டின் கனத்தோடு அக்கரம் எதிரியதை தாக்கும். எதிரி நிலை குலைவான் என்பதே திருமலை மற்றும் ஃபெர்னாண்டஸின் சதித்திட்டம் ஆகும்.

20. குத்துச்சண்டையின் முதற்கட்டம் பற்றி எழுதுக.

உருவத்தைக் கண்ட அஞ்சாத மாறப்பன் தன் முதல் குத்தை பாத்ஷாகானின் தாடையில் பதித்தான்

v.

இதனைத் தாங்காத அபிசீனியன் தன் மூர்க்காவேசமான தாக்குதலை நடத்தினான்.

v.

அவனின் இடது கைக் குத்துக்களிலேயே கவனம் செலுத்தி சமாளித்துப் போராடினான் மாறப்பன்.

v.

அவனின் வலது கைத் தாக்குதல்களை சற்றே அலட்சியப்படுத்திய தருணத்தில் பாத்ஷாகானின் கட்டுப்போட்ட வலதுகை முஷ்டி இடியைப் போல் மாறப்பனைத் தாக்கியது.

v.

ஈயக்குண்டின் கனமும் சேர்ந்து மாறப்பனைத் தாக்கியதால் மாறப்பன் 'கிர்' அடித்துக் கீழே விழுந்தான்.

21. திம்மராயன் அரங்கில் ஏறி என்ன குறினான்?

.

பாத்ஷாகானின் கட்டுப்போட்ட வலதுகைக்கு இத்தனை பலம் எங்கிருந்து வந்திருக்கும் என்று சந்தேகித்த திம்மராயன் உடனே அரங்கில் ஏறி,

.

"ராட்சதப்பயலே உன் கைக்கட்டை அவிழ்த்து நான் சோதித்தே ஆகவேண்டும்.

.

நெட்டாங்கைப் பழக்கமுடைய உன் வலக்கைக்கு இவ்வளவு சக்தி – எதிரியை நிலலை குலையை வகைக்கும் ஆற்றல்- எப்படி வந்தது...?" என்று கேட்டு ஒரு கையினால் அவனது குரல்வளையை நெறித்துக்கொண்டு, மறுகையினால் அவனது வலக்கை கட்டை அவிழ்த்தபோது அதனுள் இருந்த கனமான ஈயக்குண்டைக் கண்டான்.

.

பிறகு மாறப்பனிடம், மாறப்பா! உன்னை வீழ்த்தியது இந்த ஈயக்குண்டின் கனம்தான். இப்படி சூது செய்து சண்டையிடுவது பறங்கியரின் பழக்கம் என்றான்.

22. மாறப்பனின் குத்து பற்றி எழுதுக.

v.

எதிரி நேரமை தவறி தன்னை தாக்கிய ரோஷம், மாறப்பனை கொதித்தெழச் செய்ததால்,

v.

அவனுடைய குத்துக்கள் பீரங்கியிலிருந்து விடுபட்ட குண்டுகளாயின. அபிசீனிய மாமிசப்பிண்டமான பாத்ஷாகானை தன் குத்துக்களால் ரொட்டி மாவாக்கினான்.

v.

இவ்வாறு ஆக்ரோஷமாக தாக்கிய மாறப்பனின் கடைசி குத்தில் பொறிகலங்கி கீழே விழுந்தான் அபிசீனிய வீரன்.

23. குட்டத்தின் வாழ்த்தொலி யாது?

குட்டத்திலிருந்து "தமிழ் நாட்டு இளைஞன் வாழ்க! வாழ்க! மாறப்பா! வெற்றிவேல் வீரவேல்" என்ற வாழ்த்தொலியும், ஆரவாரமும் அரங்கமெங்கும் பரவி ஒலி;த்தது.

24. சினத்தால் திம்மராயன் செய்தது என்ன?

.

மாறப்பனை சிறிது நேரம் நிலைகுலையைச் செய்ததை எண்ணிய திம்மராயன், பாத்ஷாகானுக்கு இத்தனை சுதி தெரியாது. என்று எண்ணியதால்,

.

பாத்ஷாகான் மற்றும் பெர்னாண்டஸின் கழுத்தை தன் இரு கைகளின் கொக்கிப் பிடிக்குள் அழுத்திக்கொண்டு,உண்மையைச் சொல்லிவிடுங்கள்! இல்லையேல்...என்று அதட்டிக்கேட்டவுடன்,

.

"இது உன் ஆள் திருமலையின் யோசனை தான் என்னை விட்டுவிடு என்று சிவப்பேறிய முகத்தோடு கெஞ்சினான் பறங்கியன்.

.

இதைக்கேட்ட மேலும் சினமடைந்த திம்மராயன் அவர்கள் அனைவரையும் அரங்கில்

இரு்ந்த கழிவு் நீர்க்கு்ட்டையில் தூக்கி வீசினான்.

.

'ஐயோ! எனக்கு் நீந்தத் தெரியாதே!" என்று் அலறினான் திரு்மலை.

.

"அதில் அதிகத் தண்ணீர் இல்லை. சகதிதான் மூன்றடி. அதில் பு்ரண்டு்வாரு்ங்கள் பன்றிகளா!" என்று் காறித்து்ப்பிவிட்டு் மாறப்பன் அரு்கே சென்றான் திம்மராயன்.

25. மாறப்பனின் நன்றிப்பெரு்க்கை விவரி.

"நண்பரே! உங்களால் நான் பெரிய வீரனாகக் கௌரவிக்கப்பட்டேன். என் இந்த வெற்றிக்கு் நீங்களே காரணம்," என்று் நன்றிப்பெரு்க்கோடு, திம்மனின் கைகளைப் பற்றிக்கொண்டு் மாறப்பன் கூறிய போது் அவன் விழிகளில் நீர் பாய்ந்தது்.

மல்லன் மாறப்பன் பாகம் 3

1. மாறப்பன் எதனால் நிம்மதி அடைந்தான்?

v.

? ஐயாயிரம் வராகன்களை எளிதில் வெற்றிகொண்டதாலு்ம்,

v.

? பழக்கமற்ற ஊரில் யார் உதவியை நாடு்வது், எப்படி ராயரை சந்திப்பது் என்று் கவலையு்ற்ற மாறப்பனு்க்கு்த் திம்மராயரின் நட்பு் கிடைத்ததாலு்ம்,

v.

? மாறப்பன் நிம்மதி அடைந்தான்.

2. மாறப்பனைத் திம்மராயன் எங்கு் எதற்காக அழைத்து்ச் செல்வதாகக் கூறினான்?

மாறப்பன் குத்துச் சண்டையில் அசகாய சூரனாகத் திகழவேண்டும் என்பதற்காகத் தன்னுடைய குருவாகிய படெர்ரோவிடம் அழைத்துச் செல்வதாகத் திம்மராயன் மாறப்பனிடம் கூறினான்.

3. மாறப்பனைப் பற்றி திம்மராயன் பறங்கியரிடம் என்ன கூறினான்?

.

? புதியதாக வந்த மாறப்பனுடன் திம்மராயன் சென்றதால் குருகுலத்தில் குழுமியிருந்த திம்மராயரின் பறங்கிய நண்பர்கள் அவனிடம் அவன் ஏன் போட்டியில் கலந்து கொள்ளவில்லை என்பது குறித்து வினவினார்கள்.

.

? அதற்குத் திம்மராயன் தன் அருகில் இருந்த மாறப்பனின் முதுகில் தட்டி இவன் என் நண்பன் மாறப்பன். உங்கள் குத்துச்சண்டைக் கோதாவில் இனி இவனைத் தான் சந்திக்கப்போகிறீர்கள் என்றும்,

.

? இவன் உங்களுக்குச் சவால் விடப்போகிறான் என்றும்,

.

? மாறப்பனைப் பற்றி பெருமையோடு கூறினான் திம்மராயன்.

4. பறங்கிய கோட்டை பற்றி விவரி

திம்மராயனுடன் கம்பீரமாக நிமிர்ந்து நிற்கும் பறங்கியரின் வீட்டைப் பார்த்து அதிசயித்த மாறப்பனிடம்,

பறங்கியரின் வீட்டைப் பார்த்தே இவ்வாறு அதிசயிக்கிறாயே? அவர்கள் கோட்டை இதைக் காட்டிலும் பெரும் வியப்பை நல்கக் கூடியது அதைக் கண்டால் நீ மூர்ச்சையாகிவிடுவாய் போலிருக்கிறதே! என்று கூறினான்.

5. படெர்ரோ குறிப்பு வரைக.

பட்ரோ குத்துச்சண்டை வீரர்களின் குரு. அற்புதமான உடற்பயிற்சி சாலைநடத்தி
வருபவர். பல இந்தியர்களும் பறங்கியர்களும் அவரிடம் பயிற்சி பெற வருகின்றனர்.
அவருக்கு ஒரு கால் இல்லை. ஆனால் அவரை யாரும் வெல்லமுடியாத மாபெரும்
வீரனாய் திகழ்ந்தார். திம்மராயனுக்கும் அவரே குருவாக விளங்கினார்.

6. பட்ரோவின் தோற்றம் பற்றி எழுதுக.

பட்ரோ கட்டுமஸ்தான தோற்றம் உடைய பறங்கியன். ஒரு காலை இழந்த நிலையிலும்,
ஈடுஇணையற்ற குத்துச்சண்டை வீரராய்த் திகழ்ந்தார்.

7. பட்ரோவிடம் திம்மராயன் மாறப்பனை எவ்வாறு அறிமுகப்படுத்தினான்? பிறகு என்ன
கூறினான்?

பட்ரோவிடம் திம்மராயன்

v.

? தென்னாட்டிலிருந்து வந்திருக்கும் இவன் மாறப்பன். என் நண்பன்.

v.

? என்னைவிட திறமை மிக்கவன்.

v.

? பலசாலியும் கூட.

v.

? இவன் குத்துச்சண்டையின் விதிமுறைகளை அறியாதபோதும், அந்த அபிசீனியனை
அலறவைத்திருக்கிறான். உங்கள் பயிற்சி கிடைக்குமானால் இவன் தேர்ந்த வீரனாவான்.
உங்களுக்கும் அதனால் புகழுண்டு. எனவே,

v.

? உங்கள் நாட்டுக் குத்துச்சண்டையில் இவனை வல்லவனாக்க நீங்கள்
பயிற்சியளிக்கவேண்டும் என்பதற்காகவே இங்கு அழைத்து வந்துள்ளேன் என்றான்.

8. பெட்ரோ மாறப்பனை எங்கு அழைத்துச் சென்றான்? பிறகு என்ன கூறினான்?

.

? பெட்ரோ மாறப்பனை தன் போர் பயிற்சிக் கூடத்திற்கு அழைத்துச் சென்றார்.

.

? அங்கு வாலிபர்கள் பலர் போர் பயிற்சிகளில் ஈடுபட்டிருந்தனர்.

.

? அவர் மாறப்பனிடம் உன் திறமையைப் பார்க்கலாம் வா, என்று அழைத்து
கூத்துச்சண்டை நடைபெற்ற கேடாவில் இறங்கச் சொன்னார்.

.

? தன் மாணவர்களுடன் அவன் சண்டையிடுவதைக் கண்டபிறகு, அவன் தகுதியைத்
தீர்மானிப்பதாகக் கூறினார்.

9. பெட்ரோவைப் பற்றி மாறப்பனிடம் திம்மராயன் கூறியது யாது?

மாறா! பெட்ரோ அளித்துள்ள இவ்வாய்ப்பை நீ நன்முறையில் பயன்படுத்திக்கொள். அவர்
உன்னை வெல்லமுடியாத வீரனாக்கிவிடுவார். அவர் கப்பல் போரில் ஒரு காலை
இழந்தாலும் கூத்துச்சண்டையில் அசகாய சூரர். என்று மாறப்பனிடம் பெட்ரோவைப்
பற்றி திம்மராயன் கூறினான்.

10. பெட்ரோவும் திம்மராயனும் மாறப்பனை எவ்வாறு ஊக்கப்படுத்தினர்?

• தங்களுடன் சண்டையிட வந்திருக்கும் மாறப்பனை பெட்ரோவிடம் பயிற்சி பெறும்
பறங்கியர் ஒரு மாதிரியான ஏளனத்துடன் பார்த்ததோடன்றி அவனை ஒரே கூத்தில்
வீழ்ச்சியடையைச் செய்யவேண்டும் என்றும் எண்ணினர்.

• இவ்வாறு மாறப்பன் ஒவ்வொரு பறங்கியனுடனும் சண்டையிடும் போதும்
பெட்ரோவும் திம்மராயனும், அவர்களை எப்படி சமாளிக்கவேண்டும் என்பதைப் பற்றியும்,
அதன் நெளிவு சுளிவுகளையும் கூறி அரங்கின் வெளியிலிருந்து ஊக்கமூட்டினர்.

• மாறப்பனும் தன் உடல் வலிமையினாலும், அவர்கள் தந்த ஊக்கத்தினாலும்
உற்சாகத்துடன் சண்டையிட்டான்.

11. மாறப்பன் உற்சாகமாக செயெல்ட்டு, திம்மனிடம் கூறியதையும் அதற்குத் திம்மன்
கூறியதையும் எழுதுக.

.

? ஒவ்வொரு வீரனையும் உற்சாகத்துடன் தாக்கும் போதும், மாறப்பன் திம்மராயனைப்
பார்த்து என் குத்துக்கள் எப்படி திம்மா! என்று கேட்டதற்கு

.

? திம்மராயன் "அற்புதமான தாக்குதல்தான் மாறப்பா. எதிரியின் செயல்களுக்கு ஏற்ப
உன் உடல் மின்னலாகச் செயல்படுகிறது.

.

? குத்துச் சண்டையில் முக்கியமாக கடைபிடிக்கவேண்டிய விஷயம் அது. அதில் நீ
கவனமாக இருக்கிறாய் என்று பாராட்டினான்.

12. திம்மராயன் மாறப்பனிடம் ராயர் எதனால் மகிழ்வார் என்று கூறினான்?

v.

? ஐந்தாறு வீரர்களை மிக எளிதாக வென்றி கண்ட மாறப்பனிடம், திம்மராயன்

v.

? பெட்ரோவிடம் பயிற்சிபெற்று அவர் அன்பிற்குப் பாத்திரமானால் உன்னை யாராலும்
மிஞ்சமுடியாது மாறப்பா!

v.

? பறங்கியரின் குத்துச்சண்டையில் பாரத மைந்தன் நிகரற்று விளங்குவதை அறிந்தால்
மன்னர் கிருஷ்ணதேவராயர் மிகவும் பூரித்துப் போவார் என்று கூறினான்.

13. மாறப்பன் எவ்வாறு ஒப்பற்ற வீரனாய் திகழ்ந்தான்?

• மகாராயரின் பாராட்டுக்கு உரியவனாகி அவரை சந்திக்க வேண்டும் என்ற குறிக்கோளுடன் பட்ரோவிடம் பயிற்சி பெற்றான் மாறப்பன்.

• அவனது ஆர்வம், உழைப்பு, குருபக்தி ஆகியவை அவனை ஒப்பற்ற குத்துச்சண்டை வீரனாக்கியது.

14. பறங்கியரில் சிலர் மாறப்பன் மீது எரிச்சல் அடைந்தது ஏன்? அதனால் நிகழ்ந்தது என்ன? சுருக்கி வரைக.

? தங்கள் நாட்டுக் கலையைத் தங்களிடம் கற்றுக்கொண்ட ஒரு சுதேசி தங்களையே மிஞ்சுவதா? என்று சில பறங்கியர்கள் எரிச்சல் அடைந்தனர்.

? அவர்களுக்குத் தலைமை தாங்கியவன் திருமலை.

? எனவே திருமலை தன் அடியாட்களுடனும், சில பறங்கியர்களுடனும் மாறப்பனைப் பழிவாங்கக் காத்திருந்தான்.

? அதில் ஒருவன் தனக்கு வணக்கம் சொல்லாததாகக் கூறி மாறப்பனைத் தாக்க முயன்றான்.

? தன்னை வேட்டை நாய்களைப் போல் சூழ்ந்து கொண்ட அவர்களுடைய தாக்குதலைச் சமாளிக்க மாறப்பன் தயாரானான்.

15. வலுக்கட்டாயமாக சண்டைக்கு வந்த பறங்கிய வீரர்களை மாறப்பன் என்ன செய்தான்?

? வலுக்கட்டாயமாகத் தன்னை வம்புக்கு இழுத்த சண்டையிட வந்த பறங்கியர்களை ஒவ்வொருவராக இடது சாரி, வலதுசாரியாகத் தூக்கி எறிந்தான்.

? மேலும் அவர்களிடம் உங்களுக்குக் குத்துச் சண்டை மட்டும் தான் தெரியும்,

எனக்கு, உங்கள் எலும்புகளை முறிக்கும் வன்மக் கலையும் தெரியும் என்று கூறி, எப்படி என் உதை? எப்படி என் குத்து? என்று கும்மாளமிட்டபடி ஒவ்வொருவராகத் தாக்கினான்.

16. மாறப்பன் வெற்றிக்களிப்பில் கூறியது என்ன?

v.

? மாறப்பனிடம் அடிவாங்கிய ஒவ்வொருவரும் தனித்தனியாக ஐயோ! என் தலை. என் கழுத்தைத் திருப்பமுடியவில்லையே! என் கை எலும்பு முறிஞ்சுபோச்சே! என்றவாறு ஓலமிட்டனர்.

v.

? அவர்களைக் கண்ட மாறப்பன், "கோழைகளா! ஓடாதீர்கள்! பொறாமையால் புத்திகெட்டுப்போய் உடம்பை பூணணாக்கிக் கொண்ட கயவர்களே! இனியாவது நேர்மையாக நடந்துகொள்ளுங்கள்; என்குத்துக்களை மறக்காதீர்கள்!" என்று வெற்றிக்களிப்பில் சிரித்தான்.

17. பாத்ஷாகான் குடிபேதையில் கூறியது என்ன?

• மாறப்பனிடம் தோல்விகண்டு ஓட்டமெடுத்தவர்களில் பாத்ஷாகானும் ஒருவன். மற்றொருவன் போர்த்துகீசியன் ஃபெர்னாண்டஸ்.

• மாறப்பனின் குத்துக்களில் நிலைகுலைந்து போயிருந்த பாத்ஷாகான் அவமானமும் ஆத்திரமும் கொண்டான்.

• அதனால் அவன் 'இருக்கட்டும்! அவனை விடப்போவதில்லை, அவன் எலும்புகளை முறிக்காவிட்டால் நான் பாத்ஷாகான் அல்ல" என்று குடிபேதையில் உளறிக்கொண்டே சென்றான்.

18. பாத்ஷாகான் எவ்வாறு இறந்தான்? சுருக்கி வரைக.

? கடிபதேயில் மாறப்பனைப் பழிவாங்கும் எண்ணத்தோடு நட்ட நடுவழியில் தள்ளாடி நடந்து கொண்டிருந்தான் பாத்ஷாகான்.

? அப்பொழுது விஜயநகரத்துச் செல்வச் சீமான் ஒருவன் தன் ரதத்தில் வேகமாக வந்தான்.

? அவனிடம் சவுக்கடி வாங்கி ரோஷப்பட்ட அவனது குதிரைகள் அதி வேகமாக ஓடிவரவே, கண்ணிமைக்கும் நேரத்தில் ரதம் பாத்ஷாகானின் மீது மோதி அவனை கீழே தள்ளிவிட்டு மறைந்தது.

? கடிக்குரலிட்ட ஃபெர்னாண்டஸின் எச்சரிக்கையையும் காதில் விழாது போகவே, சக்கரத்திற்கு பலியானான் பாத்ஷாகான்.

மல்லன் மாறப்பன் பகுதி 4

1. பாத்ஷாகானின் இறப்பை திருமலை தனக்கு சாதகமாக்கிக் கொண்டு செய்த ஏற்பாடு என்ன?

• பாத்ஷாகான் மறைவைக் கொலையாகச் சித்தரித்தான் திருமலை.

• எனவே அவன் பறங்கியருடன் சேர்ந்து விஜயநகரக் காவல் படையினரைக் கொண்டு, மாறப்பனைக் கைது செய்து நீதிமன்றத்தில் நிறுத்த ஏற்பாடு செய்தான்.

2. போர்த்துக்கீசிய நீதிபதியிடம் போர்த்துக்கீசியன் எவ்வாறு சாதுர்யமாகப் பேசினான்?

? போர்த்துகீசிய வழக்குரைஞர் நீதிபதியிடம், "கனம் நீதிபதி அவர்களே! அந்நிய நாட்டைச் சார்ந்த எங்களுக்கு; எங்கள் உயிர் உடைமைகளை உங்களிடம் ஒப்படைத்து உங்களை நம்பி வாழும் எங்களுக்கு; நீதிவேண்டும்.

? உங்கள் நாட்டுப் பிரஜை ஒருவன் எங்கள் பாத்ஷாகானை மிகவும் கொடூரமான
முறையில் தாக்கியுள்ளான்.

? இந்தநிலையில் நாங்கள் எவ்வாறு உங்கள் நாட்டில் அச்சமின்றி வாழ இயலும்?

என்று வக்கணையாகப் பேசினான்.

3. நீதிபதி என்ன கூறினார்?

? வழக்குரைஞரின் குற்றச் சாட்டுகளைக் கேட்ட நீதிபதி,

? நீதிதவறிய,

? நேர்மையற்ற அந்தக் குடிமகன் யார் என்று கூறினால்,

? அவனை இந்த நீதிமன்றத்திற்குக் கொண்டு வந்து நிறுத்தக்,
காவல்துறையினரருக்கு ஆணையிடுகிறேன் என்றார்.

? அவன் அங்க அடையாளங்களையும், முடியுமானால் அவன் இருப்பிடத்தையும் இந்த
நீதிமன்றத்தில் கூறலாம்.

? காவல் படை அதிகாரி இங்கு இருக்கிறார் என்றார் நீதிபதி.

4. திருமலை நடந்த இறப்பை எவ்வாறு ஜோடித்துக் கூறினான்?

? நீதிபதியின் கூற்றைக் கேட்டுக்கொண்டிருந்த திருமலை உடனே முன்வந்து,

v.

? நான் அவனைப் பற்றிய விவரங்களைக் கூறுகின்றேன்.

v.

? சம்பவம் நடந்த இடத்தில் அருகிலிருந்து பார்த்தவன் நான்.

v.

? கொலை செய்தவன் இருபது வயது காளை.

v.

? நல்ல உயரம்.

v.

? கட்டுமஸ்தான உடம்பு.

v.

? சிவந்த நிறம்.

v.

? தமிழ் நாட்டிலிருந்து வந்திருக்கும் அந்த நாடோடியின் பெயர் மாறப்பன் என்று
கூறிமுடித்தான் திருமலை.

5. மாறப்பன் எதனால் எவ்வாறு பலிக்கடாவாக்கப்பட்டன்?

திருமலையை அவமானப்படுத்தியதன் காரணத்தினால், மாறப்பன் திருமலையால்
கொலைகாரன் என்று குற்றம் சாற்றப்பட்டு பேர்த்துகீசியர்களுக்குப்
பலிக்கடாவானான்.

6. நீதிபதியின் ஆணையையும், ஃபெர்னாண்டஸ் மற்றும் திருமலையின் மகிழ்ச்சியையும் யாது?

.

? திருமலை நீதிபதியிடம் குற்றவாளியைப் பற்றிக் கூறியதும்,

.

? நீதிபதி, கொலைகாரனாகக் குறிப்பிடும் அந்தவாலிபனைத் தடேப்பிடித்த உடனே நீதிமன்றத்தில் கொண்டுவந்து நிறுத்துங்கள் என்றார்.

.

? இதைக்கேட்ட திருமலை, "எங்கிருந்தோ வந்த அனாதைப் பயல் என்னிடம் வாலாட்டுவதா?" என்று தன் மீசையை கர்வத்துடன் முறுக்கிவிட்டுக் கொண்டான்.

.

? இதைக் கேட்டுக் கொண்டிருந்த ஃபெர்னாண்டஸ் "அந்தப் பயலை சரியானபடி சிக்கவைத்துவிட்டாய் திருமலை" என்று அவன் தோளில் தட்டிக் கொடுத்தான்.

.

? இவ்வாறு திருமலையையும் ஃபெர்னாண்டஸ{ம் மாறப்பனைக் குறித்து மகிழ்ந்தனர்.

7. மாறப்பனுக்கும் திம்மராயனுக்கும் நடைபெற்ற உரையாடல் யாது?

v.

? நீண்டநாளாக உன்னைக் காணவில்லையே என்று வினவிய திம்மராயனிடம் மாறப்பன்,

v.

? படெ்ரோ பாராட்டும் அளவிற்கு வல்லவனாகிவிட்டேன் அதோடு பறங்கியரின் பொறாமைக்கும் ஆளாகிவிட்டேன் என்று திருமலையின் சூழ்ச்சி பற்றி அறியாத மாறப்பன், திம்மராயனுடன் பேசிக்கொண்டிருந்தான்.

v.

? பின்னர், தலைநகரில் கிருஷ்ணதேவராயருக்கு அந்தரங்கமான ஒருவர் குத்துச்சண்டை போட்டி நடத்துகிறார் அதில் நீ கலந்துகொள்கிறாயா? என்று வினவினான் திம்மராயன்.

v.

? அதற்கு கரும்பு தின்ன கூலிவேண்டுமா? அப்படியே மகாராயரை சந்திக்கும் வாய்ப்பும் கிடைக்கும? என்று ஆவலுடன் கேட்டான் மாறப்பன்.

8. மாறப்பனுடன் திம்மராயன் எதனால் தலைநகருக்குப் புறப்பட்டான்?

குத்துச் சண்டை போட்டியில் கலந்து கொள்ள மாறப்பனுடன் திம்மராயன்

தலைநகருக்கப் புறப்பட்டான். மேலும் மகாராயரைப் பற்றி தன்னிடம் ஆவலாகக் கேட்ட மாறப்பனிடம் மகாராயர் விஜயதசமி விழாவிற்கு எப்படியும் தலைநகருக்கு வருவார் அப்பொழுது அவரை சந்திக்கலாம் என்றும் கூறினான்.

9. மாறப்பனிடம் சாளுவ நரசிம்மனைப் பற்றி திம்மராயன் கூறியது என்ன?

.

? மன்னரின் பிரதிநிதி சாளுவநரசிம்மருக்கு பறங்கியர்களைக் கண்டால் பிடிக்காது.

.

? கடத்தச் சண்டையில் தாங்களே அசகாய சூரர்கள் என்று பறங்கியர்;கள் கர்வம் கொண்டிருப்பதால் அவர்களை மட்டம் தட்டவேண்டும் என்று சாளுவ நரசிம்மரின் விருப்பம்.

.

? தற்பொழுது நடக்க இருக்கும் போட்டிக்கு அவர்தான் தலைமை வகிக்கிறார்.

.

? எனவே அந்த பந்தயை்ச சண்டையில் நீ வெற்றிபெற்றால், மகாராயரை எளிதாக சந்திக்கலாம் என்று சாளுவ நரசிம்மனைப் பற்றி திம்மராயன் மாறப்பனிடம் கூறினான்.

10. திம்மன் சாளுவ நரசிம்மனிடம் மாறப்பனை எதனால் எவ்வாறு அறிமுகப்படுத்தினான்?

? திம்மராயரினிடம் சாளுவ நரசிம்மர், இப்பொழுதெல்லாம் கடத்தச்சண்டையை நிறுத்திவிட்டாயாமே! எதனால் என்று வினவினார்.

? அதற்கு திம்மராயன், எனக்கப் பதில், பறங்கியர்களின் கர்வத்தை அடக்கவேண்டும் என்ற உங்களின் ஆசையை நிறைவேற்ற ஏற்றதொரு இளைஞனை அழைத்துவந்துள்ளேன்.

? மின்னல் வேகத்தில் செயல்படும் இவன் கடத்துக்கள் எதிரியை இடிபோல் தாக்கக் கூடியவை.

.

? மாறப்பன் என்பது இவனது பெயர். தமிழ்நாட்டைச் சார்ந்தவன் இவன் என்று மாறப்பனை சாளுவ நரசிம்மரிடம் திம்மராயன் அறிமுகப்படுத்தினான்.

11. சாளுவ மன்னர் மாறப்பனிடம் என்ன கூறினார்?

• சாளுவ மன்னர் மாறப்பனிடம், "வாலிபனே! உன் திரண்ட தோள்கள் திம்மராயனின் பேச்சை உறுதிசெய்வதாக உள்ளது.

• குத்துச் சண்டையில் இந்தப் பறங்கிப் பயல்களை நீ பதறி ஓடச் செய்தால், விஜய தசமி விழாவில் மகாராயரால் நீ கௌரவிக்கப் படுவாய்" என்றார்.

12. விஜயதசமி விழா குறிப்பு வரைக.

? விஜயநகரத்தில் ஆண்டு தோறும் நடைபெறும் மகத்தான விழா விஜயதசமி விழா.

? நவராத்திரி ஒன்பது நாளும் கொண்டாடப்படும் தேசிய விழா அது.

? பல வீர விளையாட்டுகள் அவ்விழாவின் போது நடைபெறும்.

? நாட்டு மக்கள் அனைவரும் ஆவலுடன் எதிர்பார்க்கும் கோலாகலமான விழா அது.

? அதில் குத்துச் சண்டை போட்டிக்கும் இடமுண்டு.

13. விஜயதசமி விழாவில் மாறப்பன் எதில் சிறந்த கவனம் செலுத்திக்கொண்டிருந்தான்?

? விஜயதசமி விழாப்போட்டியில் பங்கபறெம் வீரனைத் தேர்ந்தெடுக்கும் குத்துச் சண்டையைக் காண நகர மக்கள் திரளாகக் கூடியிருந்தனர்.

? சாளுவ நரசிம்மர் கம்பீரமாக உயர்ந்த மேயில் அமர்ந்திருந்தார்.

? மாறப்பன் தன் தசை நார்களில் முறுக்கேறே அரங்கில் நின்றுகொண்டிருந்தான்.

? எப்படியாவது அப்போட்டியில் தான் வெற்றிபெற வேண்டும் என்ற தவிப்பு அவன் நாடி நரம்புகளிலெல்லாம் ஓடியது.

? திம்மராயனின் நம்பிக்கையை தான் பாழாக்கிவிடக்கூடாது என்ற உறுதி அவனின் ஒவ்வொரு குத்துக்களிலும் காணப்பட்டது.

? தன்னோடு சண்டையிட்ட ஒவ்வொரு வீரர்களாக வீழ்த்தியபடி அவன் குதிபோட்டுக் கொண்டு இருந்தான்.

14. விழா மேடையில் மாறப்பனைக் கண்ட திருமலையையும் ஃபெர்னாண்டஸ்ஸ{ம் என்ன செய்தனர்?

v.

? மாறப்பனைத் தேடி எங்கும் கிடைக்காத நிலையில் தலைநகருக்கு விழாவைக் காணும் பொருட்டு வந்திருந்தனர்.

v.

? விழாமேடையில் மாறப்பனைக் கண்ட ஃபெர்னாண்டஸ், இவன் நாம் தேடிக்கொண்டிருக்கும் கொலைக்குற்றம் சாற்றப்பட்ட தமிழனல்லவா என்று நினைத்தான்.

v.

? இவனைத் தானே தேடி நாம் வந்திருக்கிறோம் என்று எண்ணிய அவன் திருமலையுடன், உடனடியாக அவசர அவசரமாகக் காவல் அதிகாரியை நோக்கி ஓடினான்.

v.

? பின்னர், விழாமடேயில் தங்களைத் தடுக்கவந்தவர்களைத் தள்ளிவி;ட்டு, "சட்டத்தைத்
தடுத்து நிறுத்தும் உரிமை யாருக்கும் இல்லை.

v.

? நீதியின் பெயரால் இவனைக் கதை செய்ய வந்திருக்கிறேம்" என்று சாளுவரிடம்
நீதிபதியின் ஆணையைக் காட்டினர் திருமலையும் பெர்னாண்டஸும்.

**15. விழாமடேயில் சஞ்ழ்ச்சிக்காரர்களான திருமலையும் ஃபெர்னாண்டஸ்{ம் என்ன
செய்தனர்?**

v.

விழாமடேயில் கூடியிருந்தவர்களிடம் திருமலை, மாறப்பனை சுட்டிக்காட்டி,

v.

இவன் ஒரு கொலைகாரன்.

v.

ஓர் அப்பாவியை மிருக்கத்தனமாக அடித்துக் கொன்றதை என் கண்களால் கண்டேன்.

v.

எங்கள் வட்டாரத்து நீதிமன்றம் இவன் மீதுள்ள கொலை வழக்கை விசாரிக்கக் காத்துக்
கொண்டிருக்கிறது என்றான்.

16. விழாவில் சாளுவ மன்னர் என்னகூறினார்?

v.

? விழா மடேயில் ஏற்பட்டக் குழப்பத்தை நீக்க சாளுவ மன்னர்,

v.

? நீதி மன்றத்திற்கு மேலோன சக்தி இந்நாட்டில் கிடையாது.

v.

? மாறப்பனைக் காவல் அதிகாரிகளிடம் ஒப்படைப்பதைத் தவிர வேறு வழியில்லை.

v.

? நிரபராதியை நீதி தண்டிக்காது.

v.

? மாறப்பன் விசாரணைக்கு உட்பட்டு குற்றமற்றவன் என்று முத்திரைக் குத்தப்பட்டு வெளியே வரட்டும் என்று கூறினார்.

17. திம்மராயனிடம் மாறப்பன் உருக்கமாகக் கூறியவை யாவை?

.

? மாறப்பன் கதைசெய்யப்படுவதைக் கண்டு அதிர்ந்த திம்மராயன் அவனை நோக்கி,

.

? "மாறப்பா என்ன இது? ஏன் இப்படி சிலைபோல் நிற்கிறாய்? இதெல்லாம் பொய் என்று சொல்லேன். நீயா கொலைகாரன்?" என்று அவனை உலுக்கினான்.

.

? அதற்கு மாறப்பன், நண்பா! திம்மா... என் தாய்மீது ஆணை. நான் நிரபராதி. என் வார்த்தையை யாரும் நம்பப்பேவதில்லை.

.

? இவர்கள் இருவரும் என்னைத் தாக்கிக் கொல்ல தி;ட்மிட்டபேதே நான் அந்த குண்டர்களுடன் போரிட்டேன்.

.

? அப்பொழுது அந்த பாத்ஷாகான் இறக்கவில்லை. அடிபட்டு அவமானப்பட்டு தள்ளாடியபடி நடந்து செல்வதைப் பார்த்தேன்.

.

? அதன்பிறகு அவன் எப்படி இறந்தான் என்பது எனக்குத் தெரியாத மர்மமாய் உள்ளது.

.

? அவனது மரணத்திற்கு என்னைக் காரணமாக்கி வழக்கை ஜோடித்திருக்கிறார்கள்.

.

? போர்த்துக்கீசியரிடம் செல்வாக்குடையைவன் ஃபெர்னாண்டஸ்.

.

? திருமலையையோ, இந்தநாட்டு அதிகாரிகளைக் கைக்குள் வைத்திருப்பவன்.

.

? நானோ தமிழகத்திலிருந்து வந்துள்ள நாடோடி.

.

? நான் நிரபராதி என்பது உனக்கும் கடவுளுக்கும் மட்டுமே தெரியும்.

.

? கடவுள் சாட்சிகூற வரமாட்டார்.

.

? உன்னாலும் இக்கொடியவர்களை எதிர்க்க இயலாது என்று உறுக்கமாகக் கூறினான் மாறப்பன்.

18. மாறப்பன் குறித்துத் திருமலைக்கும் திம்மராயனுக்கும் நடந்த வாதத்தினைச் சுருக்கி வரைக.

v.

? மாறப்பனைக் கதைசெய்யக் காரணமாயிருந்த திருமலை மீது புலியனெப் பாய்ந்த திம்மராயன் அவனிடம், "ஏய் திருமலை மாறப்பனை உனக்குத் தெரியாது? அவனா கொலைகாரன்? நீயும் நானும் தானடோ இந்த நாணயமிக்க வாலிபனை சந்தித்தோம்-மறந்துவிட்டாயா? என்று வினவினான்.

v.

? அதற்குத் திருமலை, "மறக்கவில்லை. பாத்ஷாகானை இவன் வென்றதையும், அதே பாத்ஷாகானை அவன் குடிபோதையில் இருக்கும் போது மூர்க்கத்தனமாகத் தாக்கிக் கொன்றதையும் மறக்கவில்லை, மறக்க முடியாது" என்றான்.

v.

? இதைக் கேட்டுமலேயும் சினந்த திம்மராயன், "அற்பனே! உன் சின்னபுத்தியைக் காட்டிவிட்டாயே!

v.

நான் உனக்காகப் போட்டிப் பந்தயங்களில் கலந்து கொண்டு பணம் பண்ணிக் கொடுக்கவில்லை என்பதற்காக....நீ இவ்வளவு இழிவான செயலை செய்துள்ளாய்."

v.

இதற்கு ஏற்ற தண்டனையை நீ அனுபவிப்பாய் என்று கூறி அவன் மீது காரி உமிழ்ந்தான்.

19. சாளுவ நரசிம்மர் காவல் அதிகாரிகளிடம் விசாரித்ததையும், மாறப்பன்
கதையானதையும் சுருக்கி வரைக.

v.

? சாளுவ மன்னர் காவல் அதிகாரியிடம் மாறப்பனைப் பற்றி விசாரித்தபோது, அவர்;
மாறப்பன்தான் கொலைகாரன் என்பதற்கு ஆறு சாட்சிகள் உள்ளதாகக் கூறினார்.

v.

? மேலும் சாளுவ அதிகாரி மாறப்பனிடம் இது குறித்து விசாரித்தபோது அவன்
நடந்ததைக் கூறினான்.

v.

? ஆனால் அதற்குள் காவல் அதிகாரி இதையெல்லாம் நீதிமன்றத்தில் வந்து கூற
என்று மாறப்பனிடம் கூறிவிட்டு, எனக்கு உன்னைக் கதை
செய்துகொண்டுவரும்படி உத்தரவு என்று கூறிய பின்னர் எதற்கும்
காத்திருக்காமல், மாறப்பனின் கைகளைப் பின்பக்கத்தில் சங்கிலியினால் பிணைத்துக்
குதிரையிலேற்றிக் கொண்டுபோனான்.

20. மாறப்பன் அடைபட்ட சிறை எவ்வாறு இருந்தது?

மாறப்பன் அடைபட்ட சிறையில் காற்றும் வெளிச்சமும் இல்லாமல் ஒரே இருளாக
இருந்தது. தரையெங்கும் ஈரக்கசிவுகள் காணப்பட்டன.

21. மாறப்பன் சிறையில் கண்ட முதியவர் அவனிடத்தில் பரிதாபமாக யாது கூறினார்?

மாறப்பனிடம் சிறையில் இருந்த முதியவர், "இந்த சின்ன வயசில் பறங்கியரின் இந்தக்
கொடிய சிறைக்கு எப்படியப்பா வந்தாய்?" என்று வயோதிகத்திற்கு ஏற்ற நக்கக் குரலில்
ஈனசுரத்தில் பரிதாபமாகக் கேட்டார்.

22. திம்மராயனிடம் சிறைக்காவலர் யாது கூறினார்?

v.

? திம்மராயன் மாறப்பனைக் காண சிறைக்கச் சென்றான். அங்கிருந்த சிறைக்காவலர்,

v.

? "திம்மராயரே! அந்தத் தமிழ் இளைஞனை நீங்கள் சந்திக்கலாம். ஆனால் அவனை
விடுவிக்கச் செய்வது சாத்தியமல்ல.

v.

? இந்த வழக்கிற்கப் பின்னால் பெரும்பள்ளிகள் வேலைசெய்கின்றனர்.

v.

? திருமலையின் பணபலமும் செல்வாக்கும் வேறு...." என்ற அப்போதைய நிலயைை
விளக்கிக் கூறினார்.

23. சிறையில் திம்மராயனுக்கும் மாறப்பனுக்கும் நடந்த உரையாடலை எழுதுக.

? சிறையில் தன் நண்பனைக் காண நேரிட்டதால் திம்மராயன் குமுறிக் குமுறி
அழுதான். பின்னர் நண்பா! மாறப்பா! உன்னை நான் அந்த குத்தச் சண்டையில்
ஈடுபடுத்தாதிருந்தால் உன் பாதையே மாறியிருக்குமே என்று கலங்கினான்.

? அதற்கு மாறப்பன், திம்மா! தோழனே! நீ என்னை வீரனாக்கவே ஆசைப்பட்டாய். நீ
என்னைக் கொலைகாரன் என எண்ணுகிறாயா? என்று வினவினான்.

? அதற்கு திம்மராயன் நண்பா! உன்னுடன் நான் நட்பு கொண்டு சில மாதங்களே
ஆனாலும் உன் உள்ளத்தை நான் அறிவேன். நீ கள்ளங்கபடமற்றவன்.. நிரபராதி.." என்று
குரல் தழுதழுக்கக் கூறினான்.

? அதைக் கேட்ட மாறப்பன், எனக்கு அதுபோதும் நண்பா! அவர்கள் தீர்ப்பைப் பற்றி
எனக்குக் கவலையில்லை என்று கூறினான் கலங்கிய கண்களுடன்.

24. சிறையில் பறங்கியரைப்பற்றி திம்மராயன் மாறப்பனிடம் என்ன கூறினான்?

சிறையில் பறங்கியரைப் பற்றி திம்மராயன் மாறப்பனிடம் கூறியவை:

பறங்கியர்கள் படுபாவிகள்.

அவர்கள் வழக்கை விசாரணைக்கே கொண்டு செல்ல மாட்டார்கள்.

ஃபெர்னாண்டஸ்ஸ{ம், திருமலையையும் செல்வாக்கு உடையவர்கள்.

இறந்ததோ பறங்கியரின் ஆள்.

நீயோ யாரும் அறியாத அனாதை.

உன்னை தங்களிடம் ஒப்படைக்கும் படி பறங்கியர் கேட்டுள்ளனராம்.

பணம் பத்தும் செய்யுமே! என்று வருந்திக் கூறினான்.

25. திருமலை எத்தகைய இழிகுணம் உடையவன்?

? போர்த்துக்கீசியருக்கும் இந்தியருக்கும் இடையே தரகு வேலை செய்பவன் திருமலை.

? அந்நியரின் செருகுசுப் பொருள்களை அதிகாரிகளுக்கு வழங்கி அதிகாரிகளைத் தன் கைப்பாவையாக வைத்திருப்பவன் அவன்.

26. அடிமைகள் குறித்து திம்மராயன் மாறப்பனிடம் கூறியதும் அதற்கான மாறப்பனின் பதிலும் யாது?

? திம்மராயன் மாறப்பனிம், மாறப்பா உன்னையும் உன்போன்ற பொய்க்குற்றம் சாற்றப்பட்ட கதிகளாக்கிய சிலரையும் அடிமைகளாக்கிக் கப்பலில் பணிபுரிய அழைத்துச் செல்லப் போகிறார்கள் போலேயுள்ளதே! என்று கூறி வருந்தினான்.

? அதற்கு மாறப்பன் என்னை போர்த்துக்கீசியரிடம் ஒப்படைக்க அரசு ஒப்புக்கொண்டுவிட்டதா? என்று கேட்டான்.

? அதற்கு மௌனம் மட்டுமே பதிலாகத் தந்த திம்மராயனிடம் மாறப்பன்,

? இவ்வுலகில் எனக்குத் துணையாக இருப்பவை, என் உறுதியான கரங்களும், நேர்மையான நெஞ்சமும் திம்மா! நீ எதற்கும் கவலைப்படாதே! என்று நண்பனைத் தேற்றினான் மாறப்பன்.

? அதைக் கேட்ட திம்மராயன் நிச்சயம் மாறப்பா! அவை இரண்டும் உன்னைக் காப்பாற்றும். நீ எப்படியாவது சிறையிலிருந்து தப்பவேண்டும். தப்புவாய் என்ற நம்பிக்கை எனக்கு உண்டு என்று கூறினான்.

27. சிறையில் மாறப்பனின் சூளுரை யாது?

சிறையில் இருந்த மாறப்பன் "என்னைக் குற்றவாளியாக்கிய அந்தக் குள்ள நரிகளைப் பழிவாங்கியே தீருவேன் திம்மா.. இது சத்தியம்...!" என்று சூளுரைத்தான்.

28. விசாரணைக்கு வருவதற்கு முன்பாகவே கதிகளை பறங்கியர் என்ன செய்தனர்?

.

? வழக்கு விசாரணைக்கு வருவதற்கு முன்பாகவே, குற்றவாளிகளைப் பறங்கியரிடம் ஒப்படைத்துவிட்டனர்.

.

? மாறப்பனைப் போன்ற இரட்டு சிறையில் அடைக்கப்பட்ட கைதிகளை சங்கிலியால் பிணைக்கப்பட்ட கைகளோடு, கற்கரைக்கு அழைத்து வரப்பட்டனர்.

.

? மாறப்பனுடன் சிறையில் இருந்த அந்த முதியவரும் அங்கு இருந்தார்.

.

? போர்த்துக்கீசிய கப்பல்களில் அடிமைகளாகப் பணிபுரிய அவர்களைத் துறைமுகத்திற்குக் கொண்டு வந்திருந்தனர்.

29. கைதிகளிடம் பறங்கி வீரன் என்ன கூறினான்?

பறங்கிய வீரர்களில் ஒருவன் கைதிகளைப் பார்த்து, "இப்படிக் கப்பலில் ஏற்றப்பட்ட அடிமைக் கைதிகள் மறுபடியும் உயிரோடு தரை இறங்க மாட்டார்கள் . அவர்கள் வாழ்வு கப்பலிலேயே முடிந்துபோகும்." என்று கூறி அட்டகாசமாகச் சிரித்தான்.

30. போர்த்துக்கீசியப் படைத்தலைவனின் கூற்று யாது?

போர்த்துக்கீசிய படைத்தலைவன் "இந்த நாய்களைப் படகில் ஏற்றிக் கப்பலுக்குள் கொண்டு செல்லுங்கள். விரைவாக செயல்படுங்கள். தப்பியோட முயன்றால் சுட்டுத் தள்ளுங்கள் கடலில்!" என்று ஆணையிட்டான்.

மல்லன் மாறப்பன் பகுதி 5

1. கைதிகள் குறித்த பறங்கியரின் பழக்கம் என்ன? அதை மாறப்பனிடம் கூறியது யார்?

v.

? கட்டுமஸ்தான உடல் வளம் கொண்ட இந்தி இளைஞர்கள் மீது குற்றவாளி முத்திரை குத்தி அடிமையாக்கிக் கப்பல்களில் பணியாற்ற அவர்களை கடத்திக்கொண்டு போவதை வழக்கமாகக் கொண்டிருந்தனர் பறங்கியர்.

v.

? ஒருமுறை அவர்கள் கப்பலில் ஏறிவிட்டால், மறுபடியும் அவர்களை உயிரோடே கரையில்
இறக்கமாட்டார்கள்.

v.

? அவர்கள் வாழ்வு கப்பலிலேயே முடியும்.

v.

? இறந்தவர்களைக் கடலில் வீசிவிடுவார்கள்.

v.

? இதை அறிந்த எந்தக் கதியும் பறங்கியரின் கப்பலில் பணியாளராகப் போக
விரும்பமாட்டான்.

v.

போன்ற பல உண்மைகளை மாறப்பன் இருள் சிறையில் இருந்தபோது அவனோடு
தங்கியிருந்த முதியவர் அவனிடம் கூறினார்.

2. மாறப்பன் கப்பலில் ஏற்றப்பட்டதிலிருந்து, கப்பல் காப்டனை சந்திக்கும் வரை
நிகழ்ந்ததை சுருக்கி வரைக.

.

? கப்பலில் ஏற்றப்பட்டதிலிருந்து மாறப்பன் எப்படியாவது தப்பிவிட ஏதாவது வழி
இருக்கின்றதா என்று துறைமுகப் பகுதியை ஆராய்ந்தான்.

.

? இதை அறிந்த ஒரு காவல் துறை மாலுமி "ஓய், எங்கே ஒதுங்குகிறாய்? போய்ப்
படகில் ஏறு!" என்று கூறி கையிலுள்ள சவுக்கைக் சொடுக்கியபடி கத்தினான்.

.

? மாறப்பனின் கையில் விலங்கிடப்பட்டிருந்ததால் ஆத்திரத்தில் கைகள் முறுக்கேறே
போசோமல் படகில் ஏறவேண்டியதாயிற்று.

.

? கதிகளை ஏற்றிச் சென்ற படகுகள், கடலில் பயணத்திற்குத் தயாராக நின்ற கப்பல்
அருகில் சென்றதும், கப்பலில் தொங்கிய நூலேணிகள் மூலம் கதிகள் கப்பலுக்குள்
அனுப்பப்பட்டனர்.

.

? அதிகாலை மூடுபனி விலகத நேரத்தில் கைொத்தடிமைகளை கப்பல் தலைவனிடம்

ஒப்படைக்கக் கூறிய பிறகு, கப்பல் தளத்தில் தலைவன் அவர்களைப் பார்வையிட
அடிமைகளை வரிசையாகவும் விறைப்பாகவும் நிற்கும் படி அதட்டிக்கொண்டிருந்தான்
ஒரு பறங்கிய மாலுமி.

3. கப்பல் தலைவன் கிழவனைப் பற்றி என்ன நினைத்தான்?

v.

? கப்பல் தலைவன் தனது அதிகார உடையில் கம்பீரமாக நடந்தபடி அடிமைகளைப்
பார்வையிட்டான்.

v.

? வரிசையாக நின்றிருந்த அவர்களுடைய வலுவான உடல் அவனிடம் திருப்தியை
ஏற்படுத்தியது.

v.

? அடிமைகளிடையே தாடி மீசை மண்டிய ஒரு கிவனைக் கண்டதும் முகம் சுளித்த
தலைவன் 'ஒரு வேலையும் செய்ய இயலாத இந்தக் கிழவனை எதற்காக
அனுப்பினார்கள்? இவனால் கப்பலுக்கும் பாரம்.. உணவுக்கும் சேதம்' என்று
முணுமுணுத்தான்.

v.

? அதைக்கேட்ட மாலுமி ஒருவன், 'ஏதோ முக்கிய அரசியல் காரணமாக
இருக்கவேண்டும். இவன் தலையில் இருப்பதால் ஏதேனும் தொல்லை ஏற்படும் என்று
ஏற்றிவிற்றிருக்கலாம்' என்று சமாதானம் கூறினான்.

**4. கைதிகளுக்குக் கப்பல் தலைவன் விட்ட எச்சரிக்கையையும், அதற்கான முதியவரின்
பதிலையும் எழுதுக.**

.

? கைதிகளை நோக்கிய கப்பல் தலைவன், "தூக்கு மடேக்கு அனுப்பவேண்டிய
உங்களை கருணை காட்டி, கப்பலில் பணியாற்ற அனுப்பியிருக்கிறது அரசாங்கம்.

.

? கப்பலின் விதிமுறைகளை மீறினாலோ,

⁝ கப்பல் ஊழியர்களை தாக்கி கலகம் செய்ய முயன்றாலோ,

⁝ தப்பியோட முயற்சித்தாலோ, அந்தக் கணமே தூக்கிலிடப்படுவீர்கள்.

? கப்பல் தண்டனை கடமையாக இரக்கம் என்பது நினைவிருக்கட்டும்” என்று எச்சரித்தான்.

? இதைக் கேட்டுக்கொண்டிருந்த முதியவர் ஆவேசம் வந்தவராய், “நான் செத்தாலும் என் தாய் நாட்டின் மண்ணிலேதான் சாவேன். இந்த அந்நியக் கப்பலில் பறங்கியரிடையே அடிமையாகி அவதிப்பட்டு சாகமாட்டேன். எனக்கு வேண்டாம் விடுதலை... விடுதலை!” என்று வெறிபிடித்தவரைப் போல் கத்தி வரிசையிலிருந்து வெளிப்பட்டு ஓடலானார்.

5. தப்பி ஓட நினைத்த முதியவருக்கு நிகழ்ந்ததை சுருக்கி வரைக.

v.

? கப்பலிலிருந்து தப்ப நினைத்த முதியவரை அடித்து வீழ்த்த ஆணையிட்டான்.

v.

? அவனும் முளைக்கட்டை ஒன்றை எடுத்து ஓடும் கிழவரை நோக்கிவீசவே, குறிதவறாமல் விழுந்த அக்கட்டையால் தாக்கப்பட்ட கிழவர் ‘ஆ’ என்று அலறியபடி அடிபட்ட பறவையைப் போல் கீழே விழுந்தார்.

v.

? பின்னர் கப்பல் தலைவன், அந்த மாலுமியிடம் கிழவனைச் சுட்டிக்காட்டி, “அந்த நாயைப் பாய்மரக் கம்பத்தில் கட்டி, ஐம்பது கசையடி கொடுங்கள்” என்று உத்தரவிட்டான்.

v.

? அந்த மாலுமியும், தூவண்டிருந்த கிழவரின் சட்டையைக் கழற்றி வெற்றுடம்பாக்கி, பாய்மரக்கம்பத்தில் அவரின் இரு கைகளையும் கட்டி, அரக்கனைப் போல் தோல் நாக்குகளைக் கொண்ட நீண்ட சவுக்கை ‘பளீர்’ என்று காற்றினிலே சொடுக்கி ஒலி எழுப்பிவிட்டு கிழவரின் உடலில் சவுக்கைப் பதித்தான்.

v.

? ஒவ்வொரு அடிக்கும் துள்ளிய உடலுடனும், இரத்தக் கோடுகளுடனும்

ஓலமிட்டார் கிழவர்.

v.

? ஐம்பது கசயைடிகளைக் கொடுத்து நினைவிழந்து தொங்கிய கிழவர் மீது கடல் உப்பு நீரை வாளியினால் வாரி அடித்து, மற்ற கைதிகளிடம் அவரை ஒப்படைத்தான்.

6. கப்பலில் கைதிகளின் நிலையையும், உணவு முறைகளையும் குறித்து எழுதுக.

v.

? இந்தியக் கைதிகளைப் பறங்கியர் மிகக் கேவலமாக மதித்துக் கொடுமைப்படுத்தி வேலை வாங்கினார்கள்.

v.

? உணவிலும் வேறுபாடுகள் காட்டப்பட்டன.

v.

? பறங்கிய மாலுமிகளுக்குத் தரப்படும் உணவு இந்தியக் கைகளுக்குத் தரப்படுவதில்லை.

v.

? குமட்டும் அளவிற்கு வெறும் கஞ்சி மட்டுமே தரப்பட்டது.

7. கப்பலில் உணவு வேளையில் மாறப்பன் என்ன செய்தான் என்பதனை சுருக்கி வரைக.

o

உணவு வேளையில் இந்தியக் கதைகளை வீண்வம்பிற்கு இழுத்து, சண்டையை உருவாக்கி அந்த சாக்கில் அவர்களை அடித்து காயப்படுத்தி மகிழ்ந்தனர் பறங்கியர்.

o

இவ்வாறு ஒரு முறை மாறப்பனை வம்புக்கிழுத்தபோது, மாறப்;பனின் உள்ளத்தைப் போலவே கொதித்துக் கொண்டிருக்கும் கஞ்சியை தன்னிடம் வம்பு செய்த அந்த மாலுமியின் முகத்தில் மொத்தினான் மாறப்பன்.

o

ஐயோ! என்ற அவனின் கூக்குரலைக் கேட்டதும் மற்ற மாலுமிகள் அங்கு செழிந்து

கொண்டனர்.

உணவு வேளையொதலால் கவிலங்குகள் அவிழ்க்கப்பட்ட நிலையில் இருந்த மாறப்பனின் உணர்ச்சிகள் வடெிக்கவும், நரம்புகளில் முறுக்கேறவும், கொதித்தெழுந்து, தன்னைத் தாக்க வந்த பறங்கியரை நோக்கி,

"மனித மிருகங்கள்! வாங்கடா- உங்கள் வரிசயைக் காட்டுங்கடா.. மற்றவர்களை அடித்து ஆனந்தப்பட்டீர்கள் இல்லையா? இன்று உங்களை அழவைக்கிறேன்... வா, வாங்கடா!" என்று கூறி குண்டோதரனைப் போல் தன்னைத் தாக்கவந்த மாலுமிகளைத் தாக்கி பதம் பார்த்தான்.

மல்லன் மாறப்பன் பகுதி 6

1. போர்த்துகீசிய மாலுமிகள் என்ன செய்தனர் ?

v.

? போர்த்துக்கீசிய கப்பல் மாலுமிகள் அனைவரும் மாறப்பனை செ஦ழ்ந்து கொண்டார்கள்.

v.

? அவர்களுடைய முரட்டு முகங்களில் கொலவைறெி காணப்பட்டது.

v.

? மாறப்பனிடம் அடிவாங்கியதால், அவர்கள் உடலிலும் துடிப்பு ஏற்பட்டது.

v.

? அத்தனை பறங்கியர்களின் பார்வயைும் மாறப்பன் மீது பதிந்திருந்தது.

2. மாலுமிகளுள் ஒருவனுக்கும் மாறப்பனுக்கும் நடந்த சண்டயைை சுருக்கி வரைக.

? மாலᴗமிகளᴗள் ஒரᴗவன் மாமிச மலை நகரᴗவதைப் போலே மாறப்பனை நோக்கி வந்தான்.

? மிகᴗந்த அலட்சியத்தᴗடன் கொசᴗவை அடிக்கப்போகᴗம் அகம்பாவத்தᴗடன் வந்தான்.

? அவன் மாறப்பனை அடிக்கத் தன் கையை உயர்த்தᴗவதற்கᴗ மᴗன்பாக மாறப்பனின் வலதᴗ கால் கᴗபீரென்றᴗ உயர்ந்தᴗ அந்த மாலᴗமியின் மர்மஸ்தானத்தில் தாக்கினான்.

? பின்னர் மாறப்பனின் இடதᴗ கை மᴗஷ்டி அந்த பறங்கியனின் தாடையில் இறங்கியதᴗ.

? அதனால் அந்தப் பறங்கியன் தன் இரᴗகைகளையᴗம் தொடை இடᴗக்கில் அழᴗத்திக்கொண்டᴗ அலறியபடி சᴗரᴗண்டான்.

? மாறப்பன் உடனே தன் வலதᴗ கை மᴗஷ்டியால் அவன் கழᴗத்தை இறᴗக்க பறங்கியன் மரண ஓலத்தᴗடன் தரையில் உரᴗண்டᴗ தᴗடிக்கலானான்.

3. மாலᴗமிகளᴗள் நடந்த சண்டையில் மாறப்பன் யாரᴗக்கᴗ உவமையாகக் கᴗறப்பட்டான்? பின்னர் நடந்ததᴗ என்ன?

v.

? மாறப்பனின் தாக்கᴗதல்களால் திகைப்பᴗம் ஆத்திரமᴗம் உற்ற அத்தனை பறங்கியர்களᴗம் வேட்டை நாய்கள் போல் அவன் மீதᴗ பாய்ந்தனர்.

v.

? தன்னைச் சᴗழ்ந்தᴗ கொண்டᴗ தாக்கிய கௌரவப் படைவீரர்களை, தேர்சக்கரத்தைக் கொண்டᴗ கழன்றᴗ கழன்றᴗ சமாளித்த அர்ஜᴗனனின் மைந்தன் அபிமன்யᴗவைப் போல் ஆர்பரித்தᴗத் தாக்கினான் மாறப்பன்.

v.

? மாறப்பின் ஒவ்வொரᴗ கᴗத்தᴗக்களᴗம் பறங்கியரைப் பதற அடித்ததᴗ.

v.

? இடதᴗ வலதᴗ சாரியாக சᴗழன்றᴗம், தாவிக்கᴗதித்தᴗம், கைகளாலᴗம், கால்களாலᴗம்

தாக்கி பறங்கியரைத் திக்கமுக்காடச் செய்தான்.

4. கப்பல் தலைவன் எதனால் சினம் அடைந்தான்?

? பறங்கிய மாலுமிகளுள் ஒருவன் கப்பல் தலைவனிடம் நடந்ததைக் கூறவே, இத்தனைப் பேரையும் அவன் ஒருவனாகவே சமாளிக்கிறான். உங்களுக்கு வெட்கமாய் இல்லை. என்று கூறிக்கொண்டே, கப்பல் தலைவனும் பிற மாலுமிகளும் அவனைச் சூழ்ந்துகொண்டனர்.

? அதில் ஒருவன் மாறப்பனை சுட தன் துப்பாக்கியை உயர்த்தியபோது கப்பல் தலைவன் அவனைத் தடுத்தான்.

? அவனை அமுக்கிப் பிடித்துக் கட்டுங்கள் என்று ஆணையிட்டான்.

5. மாறப்பனின் பிடி எதனால் எவ்வாறு தளர்ந்தது?

தன்னைச் சூழ்ந்துகொண்ட பறங்கியரின் பிடியிலிருந்து தப்ப எண்ணிய மாறப்பன் அருகிலிருந்த பாய்மரக் கயிற்றைப் பற்றிக்கொண்டு மேலேறினான்.

பலமணி நேரம் தனி ஒருவனாய் அத்தனை பேரையும் தாக்கியதால் அவன் முஷ்டிகளில் ஏற்பட்ட காயத்திலிருந்து ரத்தம் கசிந்து விண் விண் என்று வலியும் எரிச்சலும் ஏற்பட்டதாலும், உடலிலும் பல இடங்களில் காயம் ஏற்பட்டிருந்ததாலும் அவன் பிடி தளர்ந்தது.

6. மாறப்பன் மாலுமிகளிடம் வீராப்பாகப் பேசியதையும் நிகழ்ந்ததையும் சுருக்கி வரைக.

? மாறப்பன் கயிற்றில் ஏறியதைக் கண்ட மாலுமிகள், "ஏய் கறுப்பா இறங்கு.. பணிந்து விடு, நீ தப்ப முடியாது!" என்றனர்.

? அதற்கு மாறப்பன், "பணிவதா? பாரத மகன் ஒரு நாளும் பறங்கியரிடம் பணியமாட்டான்;. அது ஒரு நாளும் நடவாது!" என்று சௌளுரைத்தான்.

? அதற்கு மற்றொரு மாலுமி, "அடிமைப் பயலே அடங்கிப்போ... ஆர்ப்பாட்டம் செய்து தப்பிவிடலாம் என்று நினைக்காதே!" என்றான்.

? பின்னர் மாறப்பன் அவர்களை நோக்கி, "பிழைக்க வந்த பரதேசிப் பயலே!..தென்னை மரத்தில் ஏறும் வலிமை பெற்ற கரங்களடா இவை.. கிட்ட நெருங்காதே.. எட்டி உதைத்து வீழ்த்துவேன் உன்னை.." என்றான்.

? அதற்கு பிரிதொரு மாலுமி, "ஏய், கறுப்பா! நீ தென்னை மரத்தில் ஏறியவனாக இருக்கலாம். இது பாய்மரக் கயிறு. உன் பாச்சா இங்கு பலிக்காது" என்று கூறியபடி அந்தக் கயிற்றை உலுக்கவே மாறப்பன் பிடி நழுவ கீழே விழுந்தான்.

? பின்னர் பறங்கியர், "தென்னை மரத்திலிருந்து தேங்காய் விழுகிறது!" என்று அட்டகாசமாக சிரித்துக் கொண்டே கூறினான்.

மல்லன் மாறப்பன் பகுதி 7

1. பாய்மரக் கயிற்று ஏணியிலிருந்து கீழே விழுந்த மாறப்பன் குறித்து கப்பல் தலைவன் என்ன கட்டளை இட்டான்?

v.

? "கப்பலில் கலகம் விளைவித்து, மாலுமிகளைத் தாக்கி, அட்டகாசம் புரிந்த இந்த சுதேசி நாயை இழுத்துக் கொண்டுபோய் அவன் கொட்டத்தை அடக்க இரும்புச் சட்டத்தில் கட்டுங்கள்" என்றான் கப்பல் தலைவன்.

v.

? நினைவிழந்து கிடந்த மாறப்பனை நோக்கிய இரண்டு பறங்கியர்கள் "எத்தனை சாமர்த்தியமாக போரிட்டான் இந்தப் பயல்!" என்று வியப்பும், வெறுப்பும் ஏற்படக்

கூறினர்.

v.

? ஒரு மாலுமி, "திமிர் பிடித்த இவனைப் பாய்மர உச்சியில் கட்டி கடற்பறவைகளுக்கு இவன் உடலை உணவாக்குவோம்" என்று யோசனை கூறினான்.

v.

? மாறப்பனை சட்டத்தில் கட்டிய பின்னர் தண்டனை வழங்குவதற்கு அறிகுறியாக டமாரங்களில் ஒலி எழுப்பினர்.

2. தலைவனின் கட்டளையைக் கேட்ட மாலுமிகளுள் சிலர் செய்தது என்ன? சுருக்கி வரைக.

•

? "இராநெறு கசையடிகள"; தண்டனையை அறிவித்தான் கப்பல் தலைவன்

•

? சாட்டை 'சொடீர்' என்று சொடுக்கிக் குரல் கொடுத்தது.

•

? மாறப்பனின் மீது விழும் ஒவ்வொரு அடியையும் தங்கள் மீது விழும் அடிகளாக எண்ணி இந்தியர்களின் உள் சிலிர்த்தது. கண்கள் குளமாயின.

•

? ஒவ்வோர் அடிக்கும் மாறப்பனின் உடல் வெட்டுண்ட அரணை வாலாகத் துடித்தது- துள்ளியது.

•

? அவன் மூர்ச்சையானால் உப்பு நீரை அவன் மீது தெளித்து மீண்டும் அடித்தார்கள் இவ்வாறு பலமுறை நிகழ்ந்தது.

•

? இரத்தம் ஆறாகிப் பெருகி இரணமாய் இருந்த மாறப்பனின் உடலை ஈரக்கசிவோடு கூடிய கப்பலின் அடித்தளத்தில் உள்ள சிறையில் போட்டார்கள்.

3. இருள் சிறையில் முதியவர் என்ன செய்தார் என்பதை சுருக்கி வரைக.

இருள் சிறையில் கொண்டு வந்து போடப்பட்ட மாறப்பனை சாளரத்தின் ஒளியில் கண்டார் முதியவர்.

ஒரே இரத்த வெள்ளம். முதுகிலும், கைகால்களிலும் தோல் பிய்ந்து ரணமாகி இருந்தது.

தன் ஆடையின் ஒரு பகுதியைப் கிழித்து அவன் காயங்களைத் துடைத்தார்.

பறங்கியர் ஊற்றியிருந்த உப்பு நீரே மருந்தாகி மாறப்பனின் ரத்த ஒழுக்கை நிறுத்தியிருந்தது.

மாறப்பனின் இளமையையும், வலுவான உடலும், முதியவரின் கவினிப்பும்மே அவன் காயங்களை விரைவில் குணமாக்கின.

4. இருள் சிறையில் முதியவரின் நிலை என்ன?

முதியவரின் உடலில் சவுக்கடியால் ஏற்பட்ட காயங்கள் ஆறாமல் இருந்தன.

வயோதிகமும், பலநாள் சிறையில் அடைப்பட்டதாலும் அவரின் உடலும் மனமும் பலவீனப்பட்டுப் போயிருந்தன.

காயங்களுக்கு மருந்து ஏதும் போடாததால் அவை ஆறாமல் அவரை துன்புறுத்தியது.

கப்பலே தன் பயணத்தைத் தொடர்ந்து கொண்டிருந்தது.

மாறப்பனால் முதியவருக்குத் தேறுதல் தான் கூற முடிந்தது.

5. சிறையில் மாறப்பனுக்கும் முதியவருக்கும் நடந்த உரையாடலை விவரி.

v.

? மாறப்பன் பறங்கியரிடம் சிக்கிய காரணத்தைக் கேட்டார் முதியவர்.

v.

? அதற்கு தான் தமிழகத்திலிருந்து வந்தது முதல், பறங்கியரின் சதிக்குப் பலியாகி கப்பலில் கைதியாகி வந்தது வரைக் கூறினான். பின்னர் முதியவரைப் பற்றி வினவினான்.

v.

? அதற்கு அவர், "மாறப்பா! நான் ஒரு சிற்றரசன். என் பெயர் அச்சுதன். என் மனைவியை இழந்தாலும் அழகான மகள் ஒருவள் எனக்கு இருக்கிறாள்.

v.

? இயற்கை வளம் மிக்கது என்னாடு. அன்பும் விசுவாசமும் கொண்ட குடிமக்களைக் கொண்டவன் நான். மகிழ்ச்சியான வாழ்க்கை.

v.

? உதயகிரி மன்னரின் அன்புக்குப் பாத்திரமானவன் நான்.

v.

? விதி விளையொட்டால், கிருஷ்ணதேவராயர் உதயகிரி மீது போரிட்டபோது, உதயகிரி மன்னருக்குத் துணைபோகவேண்டியதாயிற்று.

மல்லன் மாறப்பன் பாகம் 8

1. முதியவர் எதனால் ராயருக்கு எதிராகப் போரிட நேர்ந்தது?

உதயகிரி மன்னருக்கு உதவ வேண்டிய கடமைப் பட்டிருந்ததால் முதியவர் ராயருக்கு எதிராகப் போரிட நேரிட்டது.

2. ராயரின் குணாதிசயங்கள் யாவை?

v.

? கிருஷ்ணதேவராயர் கண்ணியம் மிக்கவர்.

v.

? சிறந்த பண்பாளர்.

v.

? தன் வீரத்தினாலஉம், மதிநஉட்பத்தினாலஉம் விஜயநகரை சாம்ராஜ்யமாகப் பெரஉக்கினார்.

v.

? சிற்பி சதெஉக்கிய கற்சிலயைப் போன்ற கட்டஉமஸ்தான உடல்.

v.

? மஉறஉக்கி விட்ட மீசை.

v.

? கரஉணை மஉகம்.

3. ராயரின் அன்றாடச் செயல்பாடஉகளை விவரி.

.

? ராயர் அதிகாலையில் சஉரிய உதயத்திற்கஉ மஉன்பே எழஉந்தஉவிடஉவார்.

.

? அரசைசேர் நல்லெண்ணையைக் கஉடிப்பார்.

.

? மல்லர்கள் உடலில் எண்ணெய் தயேக்க, வாட்பேர், மல்யஉத்தம், கஉதிரையேற்றம் செய்வார்.

.

? தான் கஉடித்த எண்ணெய் தன் மயிர்க்கால்கள் வழியே வேர்வையாக வெளியேறஉம் வரை வாட்பேர் பயிற்சியஉம், மல்யஉத்தமஉம் நடைபெறஉம்.

.

? பின்னர் உயர்ந்த ஜாதி கஉதிரையில் ஏறி, சஉரியநேதம் ஆகிக் கிழக்கஉ வெளஉக்கஉம் வரை சவாரி செய்வார்.

.

? கஉதிரை களைத்தாலஉம், தான் களைக்க மாட்டார்.

.

? அதன்பிறகு குளித்துவிட்டு, பூஜை செய்துவிட்டு தர்பாருக்குச் செல்வார்.

.

? இது ராயரின் அன்றாடப் பணிகள்.

4. ராயரின் அவை எவ்வாறு இருந்தது?

அரசவையில் ஆயிரம் மல்லர்கள் இருந்தாலும் மல்லர்களுக்கெல்லாம் மல்லராகத் திகழ்ந்தவர் ராயர்.

தகுதி உடையவர் யாராயினும் அவர்களைத் தட்டிக்கொடுத்து, பாராட்டிக் கௌரவிக்கத் தயங்காதவர்.

கலைகளையும், கலைஞர்களையும் வளர்த்தார்.

கற்றவர்களை கௌரவித்தார்.

இவ்வாறு, அறிவாளிகள் நிறைந்த அவையாக இருந்தது மகாராயரின் அவை.

5. வெங்கண்ணா யார்?

வெங்கண்ணா என்பவன் அச்சுதராயரின் மைத்துனன். அவர் தம் மனைவியின் விருப்பத்திற்கிணங்க அவன் நல்ல பாம்பு என்று தெரியாமல் அவனை வளர்க்க வேண்டிய பொறுப்பு அச்சுதருக்கு ஏற்பட்டது.

6. வெங்கண்ணா எதற்கு உதாரணமாக விளங்கினான்?

நல்ல பாம்புக்கு நாம் பால் கொடுத்து வளர்த்தாலும் அது விஷத்தையே தரும்
என்பதற்கு உதாரணமாக விளங்கியவன் வெங்கண்ணா.

7. அச்சுதர் எதனால் உதயகிரி மன்னனின் கீழ்ப் பணிபுரிந்தார்?

v.

? அச்சுதரின் ஒரே மகளாகிய லஷ்மியை திருமணம் செய்ய திட்டம் தீட்டினான் அவர்;
மதைத்துனனாகிய வெங்கண்ணா.

v.

? அதற்கு உறுதுணை புரிந்தவன் திருமலை.

v.

? போர்த்துகீசியரிடம் செல்வாக்கு உடைய திருமலை பறங்கியருக்கும் ராயருக்கும்
இடையே பாலமாக விளங்கினான்.

v.

? அதோடு ராயரின் நம்பிக்கைக்குப் பாத்திரமாகவும் விளங்கினான்.

v.

? இதனால் வெங்கண்ணாவோடு சதித்திட்டம் தீட்டி, அச்சுதரைப் பற்றி ராயரிடம்
அச்சுதர் ராயருக்கு எதிராகச் செயல்படுவதாகக் கூறியதால் ராயர் அச்சுதரை
விரோதியாகப் பாவிக்கவேண்டி வந்தது.

v.

? ராயரின் அன்பைப் பெறமுடியாமல் போனதால் வேறு வழியின்றி அச்சுதர் உதயகிரி
மன்னரின் கீழ் ஆட்சிபுரியும் படியாயிற்று.

v.

? இதனால் உதயகிரி மன்னரின் நன்றிக்கடனுக்காக ராயருக்கு எதிராக போர்க்களம்
செல்லவும் நேரிட்டது அச்சுதருக்கு.

8. அச்சுதர் எதனால் பாதாளச் சிறையில் அடைபட நேரிட்டது?

v.

? போரில் ராயருக்கு எதிராக செயல்பட்டதால், வெற்றிபெற இயலாமல் போய், உதயகிரி மன்னரின் படகைகள் ஓட்டம் பிடித்தன.

v.

? போர்க்களத்தில் படுகாயமுற்று மயங்கிய நிலையில் இருந்த அச்சுதரை சதிகாரர்கள் பறங்கியரின் பண்டகசாலைப் பாதாளச் சிறையில் அடைத்தனர்.

மல்லன் மாறப்பன் - பகுதி 9

1. அச்சுதர் எதனால் பற்ங்கியரிடம் கதியாக நேர்ந்தது?

திருமலையின் தயவினால், வெங்கண்ணா அச்சுதரின் பெரும்பொருளைக் களவாடச் செய்து, இறுதியில் போர்த்துக்கீசியருக்குப் பண்டகசாலை அமைப்பதில் சலுகைக் காட்டி, அச்சுதரை அவரிடம் கதியாக ஒப்படைத்துவிட்டான்.

2. உதயசிம்மனைப் பற்றி மாறப்பன் பெரியவரிடம் என்ன வினவினான்?

"தாங்கள் உதயசிம்மரிடம் உண்மையாக உழைத்துள்ளீரே! போர்க்களத்தில் அவர் உங்களைத் தேடவில்லையா?" என்று மாறப்பன் அச்சுதரிடம் வினவினான்.

தோல்வியில் துவண்டு ஓடிய உதயசிம்மருக்கு சிற்றரசரின் நினைவு எப்படி வரும்? அப்படியே நினைவு வந்தாலும் போரில் நான் இறந்துவிட்டதாகவும், என் உடல் கூட கிடைக்கவில்லை என்றும் பொய்த் தகவலைக் கூறக்கூடியவன் திருமலை. என்று அச்சுதர் மனம் வருந்திக் கூறினார்.

3. அச்சுதர் மாறப்பனிடம் என்ன வேண்டினார்?

.

? அச்சுதர் மாறப்பனிடம், "தம்பி உன்னைக் கண்டதிலிருந்து எனக்கு உன்மீது இனம்
பிரியாத பாசம் ஏற்பட்டு விட்டது.

.

? நீ எப்படியாவது இதிலிருந்து தப்பித்துவிடுவாய். தப்பவேண்டும்.

.

? நான் நீண்ட நாட்கள் உயிர்வாழமாட்டேன்.

.

? எனவே நீ வெளியில் சென்றால் என் செல்லமகளை சந்திக்க வேண்டும்" என்று
கேட்டுக்கொண்டார்.

4. அச்சுதர் மாறப்பனிடம் எதைக்கொடுத்து என்ன வினவினார்? மற்றும் அச்சுதரின்
முடிவைக் குறித்து எழுதுக.

v.

? மாறப்பன் அச்சுதரை நோக்கி ,"அரசே! நீங்கள் நீண்ட நாள் உயிர்வாழவேண்டும்.
வாழத்தான் போகீறீர். மீண்டும் அரியணையில் அமரத்தான் போகிறீர்" என்றான்.

v.

? அதற்கு அவர், "மாறப்பா! பறங்கியரிடம் நான் பட்ட பாட்டில் என் உடல் நெறுங்கிப்
போய்விட்டது.

v.

? வெங்கண்ணா துரோகி என்று அறிந்த போது என் பலமும் போய்விட்டது.

v.

? நான் போர்க்களம் கிளம்பும் முன் என் மகள் லஷ்மியிடம் தன்னிடம் வைத்துள்ள
பொருளின் பாதியைத் தந்துவிட்டு வந்ததாகவும், இதன் மறுபாதியை யார் கொண்டு
வந்து உன்னிடம் தருகிறார்களளோ அவர்களை நான் அனுப்பியதாக எண்ணி நம்பு.
வேறு யாரையும் நம்பாதே! என்று கூறிவிட்டு வந்துள்ளேன்.

v.

? ஆகவே இந்த மறுபாதியை நீ பத்திரமாகக் காப்பாற்று. என் மகளை சந்திக்க
ஆண்டவன் உனக்கு உறுதுணை புரிவார்." என்று கூறிய பின்னர் அவர்
மரணமடைந்தார்.

5. கதியான மாறப்பன் கொண்ட உறுதி யாது?

சிறையில் மாறப்பனிடம் சிறிது காலத்திற்குள்ளேயே அவன் தந்தையைப் போல் பரிவு காட்டிய அச்சுதரை அவனால் மறக்க இயலவில்லை.

கடைசியாக அவர் அளித்த நினைவைச் சின்னத்தின் பாதியைப் பத்திரப்படுத்திக் கொண்டான்.

பிரமை பிடித்தவன் போல் கப்பலில் கதிகளுடன் உலாவி வந்தான்.

ஒவ்வொரு நாள் முடிவிலும், "இந்தப் பறங்கியரின் பிரியிலிருந்து எப்படியாவது தப்பி, அச்சுதரின் அருமை மகளைக் காப்பாற்றவேண்டும்" என்ற உறுதியை வளர்த்துக்கொண்டான்.

மல்லன் மாறப்பன் - பகுதி 10

1. போர் கப்பலில் அடிமைகளை எவ்வாறு வேலை வாங்கினர்?

? போர்த்துக்கீசிய கப்பல்களில் ஏற்றப்படும் அடிமைகள் பலநாட்டைச் சார்ந்தவர்களாக இருப்பார்கள்.

? பயணத்தின் போது அவர்களின் கை கால்கள் சங்கிலியால் பிணைக்கப்பட்டு கப்பலின் கீழ்த்தளத்தில் அடைத்து வைத்திருப்பார்கள்.

? வியாபாரம் செய்யும் துறைமுகங்களுக்கு வந்து கப்பல் நங்கூரம் இடப்பட்டதும், அடிமைக் கதிகளைத் துறைமுகத்திற்குக் கொண்டு வருவார்கள்.

? பின்னர் அவர்களின் கை கால் விலங்குகள் அகற்றப்பட்ட போர் வீரர்களின் கண்காணிப்பில், அவர்களிடம் வேலை வாங்குவார்கள்.

.

? சரக்குகளைக் கப்பலுக்குள் இறக்குதல், புதிய சரக்குகளை கப்பலிலிருந்து ஏற்றுதல் ஆகிய பணிகளை இந்த அடிமைகளிடமிருந்து பெறுவது வழக்கம்.

2. கப்பல் தலைவன் கறுப்பர் குறித்து என்ன கூறினான்? பின்னர் காவலர்கள் என்ன செய்தனர்?

v.

? "கறுப்பர்களின் கைவிலங்குகளை அகற்றி, அவர்களிடம் கடினமான வேலை வாங்குங்கள்!" என்று ஆணை பிறப்பித்தான் கப்பல் தலைவன்.

v.

? கைதிகள் துறைமுகத்தின் ஆயுத சாலைக்குக் கொண்டுவரப்பட்டனர்.

v.

? சங்கிலி பிணைத்த தங்களின் கைகளை அவர்கள் ஒரு பட்டறைக் கல்லில் வைக்க, ஒரு போர்த்துக்கீசியன் அந்தச் சங்கிலியைப் பெரிய வெட்டுளிச் சம்மட்டியால் துண்டாக்கிக் கைதிகளுக்கு விடுதலை அளிக்கலானான்.

v.

? சங்கிலி அகற்றப்பட்ட கைதிகளைப் போர்த்துக்கீசிய வீரர்கள் பணி இடத்திற்கு அழைத்துச் சென்றார்கள்.

3. மாறப்பன் எவ்வாறு தப்பினான் என்பதைச் சுருக்கி வரைக.

v.

? மாறப்பனின் கை பிணைப்பை அகற்றும் முறை வந்தவுடன், இத்தருணத்திற்காகப் பல நாள் காத்திருந்த அவன் இவ்வாய்ப்பினை நழுவ விடக்கூடாது என்று எண்ணினான்.

v.

? எனவே சங்கிலி அறுபட்ட அடுத்தவினாடி பட்டினியால் அவன் கைகள் சோர்வுற்றிருந்தாலும் தப்பவேண்டும் என்ற அவனின் வெறி சேர்ந்ததால்,

சம்மட்டிக்காரனைத் தனது முஷ்டியால் தாக்கினான்.

v.

? காட்டுத் தீ போல் இது பரவியதால் உடனே அனைவரும் மாறப்பனைத் தாக்க வந்தனர். ஆனால் அவன் அவர்களை சமாளித்து அருகில் அடுக்கப்பட்ட சரக்கு மூட்டைகள் வழியாக கபீரென்று தாவி ஏறினான்.

v.

? இதை அறிந்த கப்பல் தலைவன் அவனை சுட்டுத் தள்ளுமாறு ஆணையிட்டான்.

v.

? இயற்கையிலயே பலசாலியும், வல்லவனுமான மாறப்பனிம் விடுதலை வேட்கையும் சேரவே, பறங்கியரின் துப்பாக்கி வாய் திறப்பதற்குள், நடெெதுயர்ந்து நின்ற சுவரைத் தாண்டிக் குதித்தான்.

v.

? அங்கு விஜய நகர அரசருக்காக கொெண்டுவரப்பட்ட உயர்ஜாதி அரபுக்குதிரை ஒன்றில் ஏறி அதைத் தட்டிவிட்டான்.

v.

? தன்னை விரட்டுவதை விரும்பாத அக்குதிரை வாயுவேகேத்தில் சென்றது.

v.

? அதிர்ஷ்டம் அவன் பக்கம் இருந்ததாலும், பறங்கிய வீரர்கள் அவன் குதிரை சவாரி செய்வதை அறியாததாலும், அவர்கள் அவனை வந்தடையும் முன்பாகவே, அவர்கள் கண்ணில் மண்ணைத் துஊவி தப்பிய அவன் செயலால் அவர்கள் அவமானப்பட்டுப் பேனார்கள்.

v.

? இவ்வாறு மாறப்பன் தப்பினான்.

4. குதிரையில் சென்ற மாறப்பன் என்ன முடிவு செய்தான்?

v.

? மாறப்பன் ஏறிய குதிரை அவனை கீழே தள்ளும் முயற்சியில் ஈடுபட்டது.

v.

? இருப்பினும் அவனது அன்பான தடவலினாலும், ஆதரவான பேச்சினாலும் அவனுக்குக் கட்டுப்பட்டு உற்சாகமாக, ராஜபாட் நடையில் நடந்தது.

v.

? தன்னைத் தொடரும் பறங்கியர் கண்களுக்கு அகப்படாமல்
நடைஞ்சாலையிலிருந்து, குறுக்குப் பாதையில் சென்று தப்பவேண்டும் என்று
முடிவு செய்தான்.

5. மாறப்பனுக்குப் புதிய உடை எவ்வாறு கிடைத்தது?

•

குதிரையிலிருந்து தப்பிய அன்றைய இரவில் ஆற்று நீரில் சுகமான குளியல் போட்டு
விட்டு இரவில் அருகில் இருந்த கிராமத்தில் உள்ள ஒரு வீட்டில் தங்க இடம் கேட்டான்.

•

அந்த வீட்டுக்காரர் நல்ல உள்ளம் கொண்டவர் என்பதை உணர்ந்தான்.

•

தன் உடைகளை வழியில் திருடர்களிடம் பறிகொடுத்ததாகக் கூறினான்.

•

இவன் மீது இரக்கம் கொண்ட அவர் புதிய ஆடைகளை வழங்கினர்.

•

அந்த கண்ணியமான உடையில் அவருக்கு நன்றி தெரிவித்து விடைபெற்றுப் பின்னர் தன்
பயணத்தைத் தொடர்ந்தான்.

6. விஜயநகரம் சென்றவுடன் தான் என்னவெல்லாம் செய்யவேண்டும் என்று மாறப்பன்
திட்டம் வகுத்துக்கொண்டான்?

v.

? விஜய நகரம் சென்றவுடன் தன்னை மிகத் தாழ்ந்த நிலைக்குக் கொண்டு
சென்றவர்களைப் பழிவாங்க வேண்டும் என்று எண்ணினான் மாறப்பன்.

v.

? போர்த்துக்கீசிய குடியிருப்புப் பகுதியில் இருக்கும் பழிகாரனான
ஃபெர்னாண்டஸ்ஸை தேடே எண்ணினான்.

v.

? வழிப்போக்கர்களிடம் பறங்கியரின் குடியிருப்புப் பகுதியை விசாரித்துத் தெரிந்து
கொண்டான்.

v.

? ஃபெர்னாண்டஸ் மிக முக்கியமான பள்ளியாதலால் அவனைத் தடேவதில்
மாறப்பனுக்கு அதிக சிரமம் ஏற்படவில்லை.

7. போர்த்துக்கீசியர் எதனால் விழாவிற்கு ஏற்பாடு செய்திருந்தனர்? மற்றும் ராயரின்
நோக்கம் என்ன?

.

? விஜயநகர மன்னருக்காகக் கொண்டுவரப்பட்ட அரபுநாட்டுக் குதிரைகளை
அவருக்கு வழங்குவதற்காக போர்த்துக்கீசியர் விழா ஏற்பாடு செய்திருந்தனர்.

.

? மன்னர் கிருஷ்ணதேவராயரும் அவ்விழாவிற்கு வருவதாக ஒப்புதல் அளித்திருந்தார்.
ஏனெனில்,

.

? பறங்கியரின் நாகரிகம் - நாட்டியம் - விருந்து உபசாரம் ஆகியவற்றை அறிந்து
கொள்வதே ராயரின் நோக்கம்.

.

? மேலும் பறங்கியரை கௌரவிப்பதாகவும் இரக்கும் என்றும் ராயர் எண்ணி,
களீக்கைகளில் கலந்துகொள்ள சம்மதித்தார்.

8. போர்த்துக்கீசிய விருந்தளிப்பு வைபவத்தின் முக்கிய அம்சம் என்ன?

v.

? போர்த்துக்கீசிய விருந்தளிப்பு வைபவத்தின் முக்கிய அம்சம், மாறுவேடமணிந்து
ஆணும் பெண்ணும் நடனமாடுவது ஆகும்.

v.

? அவ்விழாவில் முகமூடி அணிந்த பல பறங்கிய பிரபுக்களும், உயர் அதிகாரிகளும்,

மற்றும் பலரும் கலந்துகொள்வர்.

v.

? எந்த முகமுடிக்குள் யார் இருப்பார் என்பது ஒருவருக்கும் தெரியாத வகையில் இருக்கும்.

மல்லன் மாறப்பன் பகுதி 11

1. பெர்னாண்டஸின்முகம் எதனால் வெளிரியது?

மாறுவேடப்போட்டியில் பங்குபெற ஃபெர்னாண்டஸ் தன்னை சிங்காரித்துக் கொண்டிருந்த போது ஜன்னல் வழியாக வந்து உள்ளே குதித்த உருவத்தைக் கண்டு திடுக்கிட்டான்.

யார் என்று நாக்கழற வினவினான்.

என்னைத் தெரியவில்லையா ஃபெர்னாண்டஸ் என்று வித்யாசமான உடையில் வந்து நின்ற மாறப்பனை அடையாளம் கண்டு கொண்டதால் அவன் முகம் வெளிரியது.

முகம் ஒப்பனையெல்லாம் கலையும் அளவிற்கு வியர்த்தது.

அப்பொழுது மாறப்பனுக்கு செய்த அநியாயங்கள் எல்லாம் அவன் மனத்திரையில் நிழலாடின.

"நீ... நீ.... எப்படித் தப்பி வந்தாய்?" என்று தடுமாறினான்.

"ஏன் பயமாக இருக்கிறதா ஃபெர்னாண்டஸ்?" என்று மாறப்பன் அவனை சுற்றிவந்தான்.

2. பெர்னாண்டஸின் மனப்பால் யாது என்று மாறப்பன் எவ்வாறு கூறினான்?

? தன்னைக் கண்டதும் கதிகலங்கிப் போன ஃபெர்னாண்டஸிடம் மாறப்பன்,

? "நீசப்பிறவியே! என்னைத் தூக்குமடேக்க அனுப்பச் சூழ்ச்சி செய்தாய்....

? கப்பலிலே அடிமையாக்கி அனுப்பி வைத்தாய்....

? நான் உயிரோடு திரும்பிவரமாட்டேன் என்று மனப்பால் குடித்தாய் இல்லையா ஃபெர்னாண்டஸ்?" என்று மாறப்பன் அவன் முகத்துக்கு நேரே கேட்டான்.

3. பெர்னாண்டஸ் தப்பி வந்த மாறப்பனை என்ன செய்ய நினைத்தான்? பிறகு மாறப்பன் அவனிம் என்ன கேட்டான்?

பெர்னாண்டஸ் தான் திருமலைக்காக உன்னிடம் கோபித்தது போல் நடித்தேன் என்று மாறப்பனிடம் பேச்சு கொடுத்துக் கொண்டே, பின்நகர்ந்தவாறு மஜேயின் இழுப்பறையில் மறைத்து வைத்திருந்த துப்பாக்கியைத் துழாவினான்.

ஆனால் மாறப்பன் அவனிடம் "சூழ்சிச்காரப் பதரே உன் பேச்சையெல்லாம் இன்னமும் நான் நம்பத் தயாராக இல்லை. எனவே நீ செய்த நீசத்தனமான சதிகளையெல்லாம் விளக்கமாக எழுதிக் கையெழுத்து இட்டுக்கொடு" என்று கேட்டான்.

4. பெர்னாண்டஸ் எதனால் நினைவிழந்தான்?

v.

? மாறப்பன் கேட்டபடி கடிதம் எழுதித் தருவதற்காக காகிதமும், எழுதுகோலும் எடுப்பவனைப் போன்று துப்பாக்கியை எடுத்து, மாறப்பனை நோக்கி, "சூதசேப் பதரே! என்னை மிரட்டவா பார்க்கிறாய்? இதோ சூரூண்டு விழுந்து சாகப்போகிறாய்" என்று கூறி சுடப்போனான்.

v.

? அதற்குள் மாறப்பனின் முஷ்டி அவனை பலமாகத் தாக்கவே அவன் ஒருபுறமும், அவன் துப்பாக்கி ஒருபுறமும் விழுந்து பெர்னாண்டஸ் நினைவிழந்தான்.

5. மாறப்பன் விருந்து மண்டபம் நோக்கி எவ்வாறு நடந்தான்? எதனால்?

.

? நினைவிழந்து கிடக்கும் பெர்னாண்டஸின் உடுப்புகளைக் கழட்;டி தான் அணிந்துகொண்டான்.

.

? மன்னரின் விருந்;தில் கலந்து கொள்வதற்காகச் சென்றான்.

.

? அங்கு வருபவர்கள் அனைவரும் முகமூடி அணிந்து வருவதால் தன்னை யாரும் அடையாளம் கண்டு கொள்ளமாட்டார்கள் என்று எண்ணினான்.

.

? பின்னர் பெர்னாண்டஸின் கை கால்களைக் கட்டிப்போட்டுவிட்டு விருந்து மண்டபத்திற்குப் புறப்பட்டான்.

6. பறங்கிய அதிகாரி மாறப்பனை எவ்வாறு வரவேற்றான்?

v.

? விருந்திற்கு வரும் யாரையுமே அடையாளம் காணமுடியாதவாறு விதவிதமான

வஷேங்களில் இருப்பார்கள்.

v.

? எனவே விருந்து மண்டப வாயிலில் நின்று கொண்டிருந்த அதிகாரி மாறப்பனை
உற்சாகமாக வரவேற்றார்.

7. மாறப்பன் எதனால் பிரமி;த்தான்?

நடனமண்டபத்தில் நுழைந்த மாறப்பனான பெர்னாண்டஸ், அந்தக் கோலாகலத்தையும்,
வெள்ளையர்களின் விதவிதமான அலங்காரங்களையும், வஷேங்களையும் கண்டதனால்
பிரமிப்பு அடைந்தான்.

8. மன்னரை வரவேற்ற போர்த்துகீசிய அதிகாரிகளுக்கும் ராயருக்கும் நடந்த
உரையாடலை சுருக்கி வரைக.

.

? மன்னரை கைக்கொடுத்து வரவேற்ற போர்த்துக்கீசிய உயர் அதிகாரிகள்,
அவருக்காக அமைக்கப்பட்டிருந்த விஷேஷ மேடையில் உள்ள ஆசனத்தில் அவரை அமரச்
செய்தார்கள்.

.

? எங்கள் நடனம், உணவுமுறை எல்லாம் மன்னர் அவர்களுக்குப் புதுமையாக
இருக்கும் என்றான் ஒரு பறங்கிய அதிகாரி.

.

? அவற்றைக் கண்டுகளிக்கவே நான் வந்திருக்கிறேன் என்று கூறிய மன்னர் விருந்தில்
விளையாட்டிற்கு இடமில்லையா என்று வினவினார்.

.

? மல்யுத்தத்தில் வல்லவரான மன்னருக்கு அந்த வீர விளையைர்கை;காணும் வாய்ப்பை
ஏற்படுத்திவிட்டால் போகிறது என்றான் மற்றொரு போர்த்துக்கீசிய உயர் அதிகாரி.

.

? அதற்கு மன்னர் எங்கள் மற்போரை விட உங்கள் கைத்தைச் சண்டையைக் காணவே நான்
விரும்புகிறேன் என்றார் மன்னர்.

மல்லன் மாறப்பன் பகுதி 12 (வினாவிடைகள்)

1. விருந்து மண்டபத்தில் போர்த்துகீசிய உயர் அதிகாரி கூறியது என்ன?

? விருந்து மண்டபத்தில் குழுமியிருந்தவர்களைப் பார்த்து அதிகாரி, பேரரசர் மகா கிருஷ்ணதேவராயரை கௌரவிக்க, அவர் விரும்பிய படி இப்பொழுது நம் நாட்டு குத்துச் சண்டைபோட்டி நடைபெற இருக்கிறது.

? விருந்து நடைபெறும் முன் விளையாட்டு நடைபெற உள்ளது.

? சண்டையில் வெற்றி பெறும் வீரர்களுக்கு மன்னர் ஆயிரம் பொற்காசுகள பரிசளிப்பதாகக் கூறியுள்ளார்.

? வல்லவர் யாராயினும் போட்டியில் பங்கு கொள்ள முன்வரலாம் என்று அறிவித்தார்.

2. அதிகாரியின் அறிவிப்பைக் கேட்ட மாறப்பன் என்ன நினைத்தான்?

v.
? கூட்டத்தில் ஒரு ஓரமாக நின்று கொண்டிருந்த மாறப்பன் மன்னரின் வீரத்திரு உருவைக் கண் களித்து மகிழ்ந்து கொண்டிருந்தான்.

v.
? பறங்கியரின் அறிவிப்பு அவனுள் பரபரப்பை ஏற்படுத்தியது.

v.
? குத்துச் சண்டை, மற்றும் மன்னரின் பாராட்டும் பரிசும், என்று நினைத்த அவன், மகாராயரின் பாராட்டையும், கவனத்தையும் கரவருவதற்கான இந்த வாய்ப்பை நான் நழுவவிடக்கூடாது என்று எண்ணினான்.

3. போட்டி குறித்த வீரர்கள் சலசலக்கும் போது அதிகாரி மீண்டும் கூறியது என்ன?

மாறப்;பன் ராயரின் பரிசினை எண்ணி வியந்து கொண்டிருக்கும் நேரத்தில் போர்த்துக்கீசிய அதிகாரி சலசலக்கும் கூட்டத்தினை அமைதிபடுத்திவிட்டு, குத்துச் சண்டைப் போட்டியில் வென்றி பெறும் வீரர்களுக்கு எங்கள் நாட்டு மன்னரின் சார்பாக ராயரைக் கௌரவிக்கும் வகையில் நாங்களும் ஆயிரம் பகோடாக்களைப் பரிசாக வழங்குகிறோம். இந்த வாய்ப்பை வல்லவர்கள் பயன்படுத்திக் கொள்ளவும் என்று அறிவித்தார்.

4. போட்டி ஆரம்பத்தில் வீரர்கள் நிகழ்த்தியது என்ன?

.

? குத்துச் சண்டை வல்லவர்கள்; போட்டியிடத் தயாரானார்கள்.

.

? மாறப்பனும் பெர்னாண்டஸின் உடைகளைக் கழற்றிவிட்டு முகமூடியை மட்டும் கழட்டாமல் போட்டியிடத் தயாரானான்.

.

? பறங்கியப் போட்டியாளர்களும் முகமூடியுடனே போட்டியிட வந்தது மாறப்பனுக்கு வசதியாயிற்று.

5. ஃபிலிப் யார்? அவனிடம் திருமலை கூறியது என்ன?

v.

? ஃபிலிப் பெர்னாண்டஸின் தோழன். அவன் இத்தனை நேரம் அரங்கில் பலரை வீழ்த்தி வென்றி வீரனாகத் திகழ்ந்து கொண்டிருந்தான்.

v.

? அவனிடம் திருமலை, இதோ எங்கள் நாட்;;;;டவன் யாரோ ஒரு அனாமதேயம் வருகிறான்.

v.

? அவனுக்கு உங்கள் நாட்டு நெளிவு சுளிவெல்லாம் தெரியாது.

v.

? இரண்டாயிரம் பொற்காசுகளும் உனக்குத் தான் என்று திருமலை அவன் காதுகளில் கிசுகிசுத்துக் கொண்டிருந்தான்.

6. அரங்கில் நடுவர் என்ன கூறினார்?

.

? அரங்கின் நடுவில் நின்ற மாறப்பனைக் கண்ட நடுவர்,

.

? என் வலது பக்கம் முகமூடி அணிந்த ஒரு இந்தியர் மகாராயர் சார்பாக போட்டியிட வந்துள்ளார்.

.

? இடது பக்கம் முகமூடி அணிந்திருப்பவர் எங்கள் மன்னரின் சார்பாகப் போட்டியிடப் போகிறார்.

.

? இருவரில் ஒருவர் வெற்றி பெறும் வரையில் குத்துச் சண்டை நடைபெறும்.

.

? மகாராயர் அவர்கள் இதனைக் கண்டு மகிழலாம் என்று அறிவித்தான்.

7. ஃபிலிப்பை பற்றி மாறப்பன் என்ன நினைத்தான்?

v.

? மாறப்பன் பறபறப்போ, பதற்றமோ காட்டாமல் நிதானமாக ஃபிலிப்பை பார்த்து முன்னேறினான்.

v.

? இவன் உடல் இரஎம்பைப் போல உறஎதியாக இரஎக்கிறதஎ.

v.

? மற்ற வெள்ளையர்களைப் போல ரொட்டிமாவஎ உடம்பல்ல இதஎ.

v.

? இவனை எப்படியாவதஎ நான் வீழ்த்த வேண்டஎம் இல்லையெலே நம் மன்னரஎக்கஎத் தலைகஎனிவஎ ஏற்படஎம் என்றஎ எண்ணினான்.

8. போர்த்தஎக்கீசிய வீரன் எவ்வாறஎ விதிகளஎக்கஎப் பஎறம்பாகச் சண்டையிட்டான்?

.

? போர்த்தஎகீசிய வீரன் பலசாலி, திறமசாலி மட்டஎமல்ல. கவேலமான தந்திரசாலியஎம் கஎட.

.

? இரஎவரஎம் கஎத்தஎச் சண்டைகளைக் கவனமாகப் பறிமாறிக்கொண்டிரஎக்கஎம் போதஎ, பிறர் கவனம் பதியாதவாறஎ எதிர்பாராத விதமாக மாறப்பனின் காலைத் தட்டிவிட்டஎ கஎத்தஎச் சண்டை விதிகளஎக்கஎப் பஎறம்பாக நடந்தஎகொண்டான்.

.

? நிதானமிழந்தஎ தடஎமாறிய மாறப்பனின் தாடையில் பறங்கியனின் இரஎம்பஎ மஎஷ்n இடியனெ விழஎந்ததால் மாறப்பனின் மஎகமஎடி அகன்றதஎ.

9. அரங்கில் மாறப்பனைக் கண்ட திரஎமலை என்ன சொன்னான்?

v.

? அரங்கில் மஎகமஎடி அகலவே அரஎகிரஎந்த திரஎமலை உடனடியாக இவன் சஎதசேப்பயல் மாறப்பன்.

v.

? தமிழ் நாட்டைச் சேர்ந்தவன். கொலைகாரன். உங்கள் வீரன் ஒரஎவனைக் கொலைசெய்ததற்காக கப்பலில் அடிமையாக அனஎப்பப் பட்டவன்.

v.

? அங்கிருந்த எப்படியோ தப்பிவந்த, கௌரவமிக்கவர்கள் கலந்துகொள்ளும் போட்டியில் கலந்துகொள்ள வந்திருக்கிறான். என்றதும்

v.

? அரசில் இருந்தோர் உருவிய வாளுடன் அவனைச் சூழ்ந்துகொண்டனர்.

10. மாறப்பன் ராயரிடம் கேட்ட நீதி யாது?

.

? திருமலை கூறிய கூற்றுகளைக் கேட்டுக்கொண்டு தன்னையே கண்ணிமைக்காமல் பார்த்துக் கொண்டிருந்த ராயரிடம் மாறப்பன்,

.

? மாட்சிமை தாங்கிய மன்னர் பிரானே! நான் தமிழ் நாட்டவன் தான். என்பெயர் மாறப்பன் தான்.

.

? பொய்யர்களும் போரட்டுக்காரர்களுமான ஃபெர்னாண்டஸ{ம், திருமலையையும் என்மீது அபாண்டமாக குற்றம் சுமர்த்தி கதியாக்கினர்.

.

? விசாரணையே இன்றிகொலைகாரன் முத்திரை குத்தப்பட்டவன் நான்.

.

? நீதியின் வழியில் ஆட்சி நடத்தும் தாங்கள் தான் எனக்கு நீதி வழங்கவேண்டும் என்றான்.

11. மாறப்பனின் கோரிக்கைகளுக்கு ராயர் அளித்த பதில் யாது?

மாறப்பன் கூறுவதைக் கேட்டு அவனையே பார்த்துக் கொண்டிருந்த ராயர், "இந்த இளைஞனே தான் நிரபராதி என்கிறான். திருமலையோ அவனைக் கொலைகாரன் என்கிறான். உண்மையோ ஒளிந்துகொண்டிருக்கிறது! சண்டையில் அது வெளிப்படியாகலாம்" என்றார் ராயர்.

மல்லன் மாறப்பன் பகுதி 13 (வினாவிடைகள்)

1. மாறப்பனின் கேரிக்கைகளுக்கு ராயரின் பதிலும் பின் நடந்தவையும் யாது?

ஒருவரின் முகத்தைப் பார்த்தே அவன் மனநிலையை எடைபோடுவதில் சமர்த்தரான ராயர், மாறப்பனின் முகத்தில் குற்றவாளித் தனத்தைக் காணவில்லை.

எனவே திட்டமிட்டபடி போட்டி தொடரட்டும் என்றார்.

இம்முடிவு மாறப்பனுக்கு மகிழ்ச்சியளிக்கவே, குறுக்கு வழியில் நேர்மையற்ற முறையில் சண்டையிட்ட அந்தப் ஃபிலிப்பை அலறவைக்கும் நோக்கத்தோடு ஆக்ரோஷமாக சண்டையிடலானான்.

மாறப்பனின் சத்தியக் குத்துக்கள் ஒவ்வொன்றும் பறங்கியனை நிலைகுலையவைத்தன.

2. மாறப்பன் எவ்வாறு சண்டையிட்டான்?

? மாறப்பன், ஃபிலிப் போதும் போதும் என்ற அளவிற்கு அடித்தான்

? அதோடு நில்லாமல் நீ உண்மையைக் கூறும் வரை உன்னை விடமாட்டேன் என்று தன் இரும்புக்கரத்தினால் மேலும் அவனைத் தாக்கினான்.

3. மாறப்பனால் தாக்கப்பட்ட பறங்கியன் கூறிய உண்மையாது?

மாறப்பனின் வலுவான அடிகளைத் தாங்கமாட்டாமல் பிலிப், "இந்த இளைஞன் நிரபராதி. தேர்ச் சக்கரத்தில் அகப்பட்டதான் பாத்ஷாகான் இறந்தான். இந்த இளைஞன் அவனைக் கொல்லவில்லை. பெர்னாண்டஸ{ம், திருமலயையும் திட்டமிட்ட இந்த இளைஞனைக் குற்றவாளியாக்கிவிட்டனர்" என்று முச்சிறைக்கக் கூறினான்.

4. குத்துச்சண்டையின் போது திருமலை செய்தது என்ன?

பிலிப் உண்மை கூறியதாலும், மகாராயரின் கோபத்தினை அறிந்ததாலும், சத்தியம் விழித்துக் கொண்டதை அறிந்தாலும் இனியும் அவ்விடத்தில் இருந்தால் ஆபத்து என்பதை அறிந்து, தலைமறைவாகிவிட்டான் திருமலை.

5. ராயர் மாறப்பனை எவ்வாறு ஊக்குவித்தார்?

திருமலை காணப்படவில்லை என்பதை அறிந்த மகாராயர், தன் சினத்தை அடக்கிக் கொண்டு, "தமிழக வீரனே! உன் வீர விளையாட்டுக்கள் தொடரட்டும். உன் திறமை மூழுவதையும் காணவிரும்புகின்றேன்" என்றார்.

ராயரின் ஊக்குவிப்பால்; பூரித்துப்போன இதயத்துடன் மாறப்பன்; தன் கைகளில் மின்னல் வந்து இறங்கியதைப் போன்று அடுத்தடுத்துப் பல பறங்கிய வீரர்களைத் தோற்கடித்தான்.

6. ராயர் மாறப்பனுக்கு அளித்த பரிசுகள் யாவை?

மாறப்பனின் வீரத்தில் மகிழ்ந்த ராயர், "மாறப்பா பரிசுப் பணத்துடன் இந்த நவரத்தின மாலையையும் உன் பரந்த மார்பை அலங்கரிக்கட்டும்!" என்று கூறி தான் அணிந்திருந்த ரத்ன ஹாரத்தை கழற்றி அவனுக்குத் தம் கைகளாலயே அணிவித்தார்.

ராயரின் பொக்கிஷ அதிகாரி தந்த பணமுடிப்பையும், பேர்த்துக்கீசிய அதிகாரி ராயரிடம் தந்த பணமுடிப்பையும் ராயர் மாறப்பனிடம் தந்தார். கூட்டத்தினர் கரகோஷம் செய்தனர்.

7. ராயர் மாறப்பனிடம் பணி குறித்து என்ன கூறினார்?

ராயர் "மாறப்பா! நீ நமது தலைநகரமான விஜய நகரத்திற்கு வா. உன் வீரத்திற்கேற்ற வேலை ஒன்று அங்கு காத்திருக்கிறது. விஜய நகர வேந்தரிடம் பணிபுரிய உனக்கு விருப்பம் தானே?" என்றார்.

8. ராயரின் பணி குறித்த வினாவிற்கு மாறப்பன் கூறிய பதில் யாது?

ராயரின் வினாவிற்கு மாறப்பன், "அதற்கு நான் பாக்கியம் செய்திருக்கவேண்டும். தங்களைக் தரிசிக்க வேண்டும் என்ற ஆவலுடன் தான் நான் வந்தனே. தங்களிடம் பணிபுரியும் பாக்கியம் கிடைத்த நான் அதிர்ஷ்ட சாலிதான்" என்று குரல் தழுதழுக்கக் கூறினான். அவன் கண்களிலிருந்து ஆனந்தத்தினால் அருவியைப் போேல் நீர் சுரந்தது.

9. ராயர் மாறப்பனிடம் மீண்டும் எதை நினைவுபடுத்தினார்?

விருந்து களீக்கைகள் அனைத்தும் நடைபெற்று முடிந்தவுடன், அனைவரிடமும் விடைபெற்ற ராயர், மாறப்பனிடம், "உன்னை விரைவில் விஜயநகரில் சந்திப்பேன் என்று நினைக்கிறேன்" என்று தனது அழைப்பை நினைவுபடுத்தினார். மாறப்பனுக்கு அது மிகவும் பெருமையாக இருந்தது.

10. ராயரிடம் விடைபெற்ற மாறப்பன் தன் பயணத்திட்டத்தை எவ்வாறு வகுத்துக்கொண்டான்?

ᵛ
? ராயரிடம் விடைபெற்ற மாறப்பன், கப்பலில் நிகழ்ந்தவற்றை பற்றியும்,

ᵛ
? தப்பியோடிய திருமலை பற்றியும்,

ᵛ
? பெர்னாண்டஸ்ஸைப் பற்றியும்,

ᵛ

? ராயரைப் பகைத்துக்கொள்ள இயலாத போர்த்துக்கீசியர் இனி தங்களிடம் எவ்வாறு நடந்துகொள்வார்கள் என்பதைப் பற்றியும்,

v.

? திம்மராயனை சந்திப்பது பற்றியும்,

v.

? இறுதியில் திம்மராயனை தீர்த்துக் கட்டுவது பற்றியும்,

v.

? பலவாறு சிந்தித்த வண்ணம் தன் பயணத்திட்டத்தை வகுத்துக்கொண்டான்.

11. மாறப்பன் வழியில் கண்ட ஊர் எத்தகையது?

? மாறப்பன் வழியில் கண்ட ஊர்,

? கலகலப்பாகவும்,

? கம்பீரமான கட்டடங்களைத் தன்னகத்தே கொண்டதாகவும்,

? அகலமான வீதிகளைக் கொண்டதாகவும்,

? அங்காடிகளில் பொருள்கள் குவித்து வைக்கப்பட்டதாகவும் காணப்பட்டது.

12. படைத்தளபதிக்கும் மாறப்பனுக்கும் நடந்த உரையாடலை விவரி.

v.

? ஊரின் அழகை ரசித்தவண்ணம், ராயரின் சாம்ராஜ்யம் எப்படியிருக்கும் என்று பிரமித்த வண்ணமும் சென்ற மாறப்பன்,

v.

? சத்திரத்து நிர்வாகியிடம் தன் குதிரையை ஒப்படைத்துவிட்டு, சத்திரத்து நிர்வாகியைக் காணச் சென்றான்.

v.

? வழியில் வந்த விஜய நகர படைத்தளபதி, மாறப்பனை சத்திரத்துப் பணியாள் என்று எண்ணி,

v.

? ஏய் இந்த மலேங்கியை மடித்து என்குதிரையின் மீது பாடு என்று அதிகாரத் தோரணையுடன் கூறினான்.

v.

? என்னிடமா கூறுகிறீர்கள் என்று கேட்ட மாறப்பனிடம் உன்னிடம் தான் என்றான். அதோடு நிற்காமல் நீ என்ன விஜயநகரத்து இளவரசோ? என்னிடம் விளக்கம் கேட்க என்றும் திமிராகப் பேசினான்.

v.

? மாறப்பனின் முகம் சிவந்து, அவனிடம், துணிச்சல் என் உடன்பிறப்பு. வேண்டுகோள் மட்டுமே கவனிக்கப்படும். அகம்பாவர்களின் அதிகாரங்கள் அலட்சியப்படுத்தப்படும் என்றான்.

மல்லன் மாறப்பன் பகுதி 14 (வினாவிடைகள்)

1. மாறப்பன் தாக்கிய படைத்தளபதிக்கு நேர்ந்தது என்ன?

தன்னை வேண்டுமென்றே வம்புக்கு இழுத்ததோடு, "நீச சாதியில் பிறந்தவனே! என் குதிரை சவுக்கிற்கு பதில் கூறு" என்று கூறி படைத் தளபதி மாறப்பனை நோக்கி வீசிய சவுக்கை,

மாறப்பன் தன் பக்கம் வேகமாக இழுக்கவே திமிர்பிடித்த தளபதி, நிலதைடுமாறி மாறப்பனை நோக்கி வந்து விழுந்தான்.

அவனை அப்படியே தூக்கி குதிரைகள் நீர் அருந்துவதற்காக அமைக்கப்பட்டிருந்த கல்லால் ஆன நீர்த்தொட்டிக்குள் வீசினான்.

நீர்த்தொட்டிக்குள் விழுந்த அந்தத் தளபதி பரிதாபமாகத் தத்தளித்தான்.

2. படைத்தளபதியுடன் ஏற்பட்ட சண்டையின் இறுதியில் நிகழ்ந்தது என்ன?

தப்பலாக நனைந்தபடி, மாறப்பனைக் கேவலமான வார்த்தைகளால் ஏசிக்கொண்டே, மீண்டும் மாறப்பனைத் தாக்கவந்தான் படைத்தளபதி.

வீறாப்புடன் வந்தவனின் மேலே மாறப்பனின் முஷ்டிகள் பலமாகத் தாக்கவே, கடவாயில் இரத்தம் ஒழுகப் புழுதியில் விழுந்தான்.

"தமிழனின் தன் மானத்தை உதாசீனப் பத்திய எவனும் உயிர் வாழ்ந்ததில்லை தெரியுமா?" என்று கூறியபடியே, தளபதியின் பல்லினால் கீறல் விழுந்த தன் முஷ்டியைத் துடைத்துக்கொண்டே அங்கிருந்து வேகமாக வெளியேறினான் மாறப்பன்.

3. விஜயநகரம் செல்லலாம் என்று எண்ணிய மாறப்பனின் திடீர் மனமாற்றம் யாது?

தளபதியைத் தாக்கிய பின்னர், சத்திரத்தில் இருக்க விரும்பாதவனாய்,

எங்கு போனாலும் வம்பும் சண்டையும் சூழ்கின்றதே! என்று எண்ணியபடியே,

திம்மன் வெளியூர் சென்றிருந்தாலும் சென்றிருப்பான். எனவே, நாம் விஜய நகரத்திற்கு இப்பொழுது செல்லவேண்டாம். என்று தன் பயணத் திட்டத்தை மாற்றி எண்ணினான்.

4. மாறப்பன் சந்திரகிரிக்குச் செல்ல தீர்மானித்தது ஏன்?

? குறுநில மன்னரான அச்சுதராயர் தம்முடன் சிறையில் இருந்தபோது, தன் கயையைப் பற்றி தன் மகளைக் காணவேண்டும் என்று வேண்டிக்கொண்டது நினைவிற்கு வந்ததாலும்,

? லஷ்மிதேவியின் நிலயையைப் பற்றி தெரிந்து கொள்ளவும்,

? வெங்கண்ணாவினால் அவளுக்கு ஏதாவது ஆபத்து வந்திருந்தால் அவளைக் காப்பாற்ற வேண்டும் என்ற முடிவுக்கு வந்ததாலும் மாறப்பன் சந்திரகிரிக்குச் செல்ல தீர்மானித்தான்.

5. லஷ்மிதேவி குழம்பிய மனத்தில் நினைத்தது என்ன?

அச்சுதராயரின் மகள் லஷ்மிதேவி, போர்க்களம் சென்ற தன் தந்தை உயிரோடு திரும்பாததாலும்,

ஒருகால் இறந்திருந்தால் அவருடைய உடலாவது கிடைத்திருக்குமே என்ற எண்ணம் வந்ததாலும்,

கைதியாகியிருந்தால், மகாராயரிடம் இருந்து தகவலாவது வந்திருக்குமே என்று எண்ணியதாலும்,

தோல்வியைக் கண்டு ஒளிந்து வாழ்பவரும் அல்லவே என்று பலவாறு தன் தந்தையைப் பற்றி எண்ணியதனால் குழம்பிய மனதுடன் காணப்பட்டாள்.

6. குழம்பிய நிலையில் இருந்த லஷ்மியிடம் வெங்கண்ணா என்ன கூறினான்?

v.

? கலழம்பிய மனதஉடன் இரஉந்த லஷ்மிதேவீயிடம் வந்த வெங்கண்ணா

v.

? நீ இன்னமஉம் அப்பாவையே நினைத்தஉக் கொண்டஉ வாழ்வதஉ சரியல்ல,

v.

? இறந்தவர்கள் திரஉம்ப வரப்போவதில்லை,

v.

? எனவே என் மனைவியாகி, உன் கணவனாகிய என்னிடம் ஆட்சிப்பெறஉப்பகை கொடஉத்தஉவிடஉ, நாம் இரஉவரஉம் சந்திரகிரியை மக்கள் மகிழஉம் வண்ணம் ஆட்சி செய்யலாம் என்றஉ கஉறினான்.

7. வெங்கண்ணாவின் வற்பஉறஉத்தலஉக்கஉ லஷ்மி கஉறிய மறஉமொழி யாதஉ?

.

? வெங்கண்ணாவிடம் லஷ்மிதேவீ வெங்கண்ணா! என் தந்தையை எண்ணி வரஉந்தஉம் என் வேதனையைக் கிளராதே.

.

? அப்பா இறந்தஉவிட்டார் என்பதற்கஉ எந்த ஆதாரமஉம் இல்லை.

.

? என் உள்மனதஉ அவர் இன்னமஉம் உயிரோடஉதான் இரஉக்கிறார் என்றஉ கஉறஉகின்றதஉ என்றாள்.

.

? மலேஉம் அப்பா போர்க்களத்திற்கஉ செல்லஉம் மஉன்; வெற்றி – தோல்வி எதஉவாயினஉம் எனக்கஉ ஒரஉ பொரஉளை அனஉப்பஉவதாகவஉம், அதனைக் கண்டஉ தன் நிலையை அறிந்தஉ கொள்ளராம் என்றஉம் கஉறியஉள்ளார் என்றஉ கஉறினாள்.

8. லஷ்மி தேவீ தன் தந்தையாரைப் பற்றிக் கஉறியதற்கஉ பின் வெங்கண்ணவிற்கஉம் அவளஉக்கஉம் நடந்த உரையாடலை எழஉதஉக.

v.

? லஷ்மி தன் தந்தையார் தரவிருக்கும் பொருளைப் பற்றிக் கூறியவுடன்,

v.

? வெங்கண்ணா அது என்ன பொருள்? என்று வஞ்சகத்துடன் கேட்டான்.

v.

? அதற்கு லஷ்மி அதைப் பற்றிக் கூற மாட்டேன். ஏனெனில் போலிகள் தயாரிக்கப்பட்டு
நான் ஏமாற்றப்படலாம் என்று மறுத்ததுடன்,

v.

? என் தந்தையார் ஒருகால் நான் இறக்க நேரிட்டால் அப்பொருளை யாரிடமாவது
தந்தனுப்புவேன். அவர் என் நம்பிக்கைக்கு உரியவராயிருப்பார். நீ அவர் கூறும் வழி
நடந்து கொள் என்றும் கூறியுள்ளார் என்று வெங்கண்ணாவிடம் கூறி

v.

? தன் திருமணம் அதற்குப் பின்னர்தான் என்று திட்டவட்டமாகக் கூறினாள்.

9. லஷ்மி தேவியின் தி;டவட்டமான பதிலுக்கு வெங்கண்ணா கூறியதும் அதற்கு
லஷ்மியின் மறுமொழியும் யாது?

.

வஞ்சகனான வெங்கண்ணன் உடனே லஷ்மியிடம், உன் தந்தையார் அப்பொருளைத்
தருவதற்கு முன்பாகவே மரணமடைந்து விட்டால்? என்று வினவினான்.

.

அதற்கு அவள், விதி அப்படி விளையாடுமானால் அது வேறே விஷயம் என்று கூறி நான்
மேலும் சிறிதுகாலம் பொறுத்திருப்பேன் அதுவரை என்னைத் தொந்தரவு செய்ய
வேண்டாம் என்றும் கூறி அந்த இடத்தைவிட்டு விலகிச் சென்றாள்.

மல்லன் மாறப்பன் பகுதி 15 (வினாவிடைகள்)

1. வெங்கண்ணாவின் மனப்பால் யாது?

எப்படியாவது லஷ்மிதேவியை மணந்து கொண்டால் தான் சந்திரகிரியின்

மன்னனாகிவிடலாம் என்று வெங்கண்ணா மனப்பால் குடித்துக்கொண்டிருந்தான்.

2. வெங்கண்ணா அரசகுருவிடம் தன்திட்டத்தைப் பற்றி கூறியது யாது?

v.

? லஷ்மி தன் வற்புறுத்தலுக்கு இணங்காது போனதால், வயதேதிகரும்
அறிவாளியுமான அரச குருவின் உதவியை நாட எண்ணினான் வெங்கண்ணா.

v.

? எனவே அச்சுதர் இறந்துவிட்டார் என்ற செய்தியை அவர் வாயிலாக கூறினால் அவள்
நம்பிவிடுவாள். பின்னர் அவளைச் சுலபமாக மணந்துவிடலாம் என்ற தன் திட்டத்தை
அரசகுருவிடம் தெரிவித்தான் வெங்கண்ணா.

3. வெங்கண்ணா குருதேவரை எவ்வாறு தன்வசப்படுத்தினான்?

.

? தன் மாமா போர்க்களத்திலிருந்து திரும்பிவராததாலும்,

.

? சடலமும் கிடைக்காததாலும்,

.

? அச்சுதராயர் உயிருடன் இருப்பார் என்ற நம்பிக்கை சிறுகச் சிறுக குறைவைதாலும்,

.

? நாட்டின் நலனைக் காக்கவேண்டிய பொறுப்பில் தாங்கள் இருப்பதாலும்,

.

? குருநாதர் வாக்கில் லஷ்மிதேவிக்கு நம்பிக்கை இருப்பதாலும்,

.

? எப்படியாவது அவளிடம் இதுகுறித்து பேசவேண்டும் என்று நயமாகப் பேசி
குருநாதரைத் தன் வசப்படுத்தினான் வெங்கண்ணா.

4. வெங்கண்ணா குருதவேரிடம் எச்செய்தியை எவ்வாறு லஷ்மியிடம் கூறச் சொன்னான்?

வெங்கண்ணா ஒரு கடிதச் சுருளை எடுத்து வந்து,

அதனை பேர்க்களத்திலிருந்து ஒருவன் கொண்டுவந்து தன்னிடம் கொடுத்ததாகவும்,

குருதவேர் வார்த்தையில் மட்டுமே அவளுக்கு நம்பிக்கை இருப்பதாலும், அவரை லஷ்மிதேவியிடம் கூறும்படி குருநாதரிடம் கூறச்சொன்னான்.

5. வெங்கண்ணா குருதவேரிடம் கூறிய உவமை யாது?

v.
வெங்கண்ணா கூறிய பொய்யை தான் கூறத் தயங்கிய குருதவேரிடம்,

v.
பாரதப்போரில் தருமபுத்திரர் துரோணரைச் செயலிழக்கச் செய்ய, அவர் மகன் அசுவத்தாமன் உயிரோடு இருக்கும்போதே இறந்துவிட்டதாகக் கூறவில்லையா? என்ற உவமையைக் கூறி,

v.
அவரையும் லஷ்மியிடம் தான் கூறியவாறு கூறச்சொன்னான்.

6. லஷ்மி தேவி எதனால் கடிதச் செய்தியை நம்பினாள்?

வெங்கண்ணாவால் பலிக்கடாவாக ஆக்கப்பட்ட குருநாதர் தானே நேரில் சென்று லஷ்மியிடம் அவன் கூறியது போலவே சொன்னதால், வேறு வழியின்றி லஷ்மி கடிதச் செய்தியை நம்பினாள்.

7. கரதேவர் அச்சுதரைப் பற்றி லஷ்மியிடம் கூறியது யாது?

v.

? தான் கூறிய தகவல் உண்மையானதுதானா என்று தன்னை தீர்க்கமாகப் பார்த்த லஷ்மியிடம்,

v.

? கருநாதர், போர்க்களத்தில் வெங்கடாத்ரி என்ற தளபதி ஒரு வீரன் மூலம் இச்செய்தியை அனுப்பியுள்ளான்.

v.

? படுகாயமடைந்த அச்சுதர் அவனிடம் எதையோ தர முன்வருவதற்குள் அவள் தந்தையின் உடலை தூக்கிச் சென்றுவிட்டதாகவும்,

v.

? இக்கடிதத்தைப் பற்றுக்கொண்ட வெங்கடாத்ரியும் போர்க்களத்திலயே மாளநேரிட்டதாலும்,

v.

? அவள் சோகப்படக்கூடாது என்பதால் இதுவரை அவளிடம் தான் அக்கடிதத்தை காட்டவில்லை என்றும்,

v.

? தன்னை மன்னிக்கும்படியும் கருநாதர் லஷ்மியிடம் கூறினார்.

8. தன் தந்தையைப் பற்றிக் கூறிய குருதேவரிடம் லஷ்மி என்ன கூறினாள்?

வணக்கத்திற்குரியவரே! என் தந்தையின் முடிவைப்பற்றிதாங்களே கூறியபின் இனி அவர் உயிரோடு இருக்கலாம் என்ற நம்பிக்கைக்கு இடமில்லை. என்று பொங்கிவரும் தன் கண்ணீரை அடக்கமுடியாதவளாய் பதிலளித்தாள்.

9. வெங்கண்ணா லஷ்மியிடம் ஆடிய நாடகம் என்ன?

.

? கூரூநாதர் லஷ்மியிடம் பேசிய பிறகு இரண்டு நாட்கள் கழித்து, அவளிடம் சென்ற வெங்கண்ணா!

.

? மிகவும் துயரமற்றவனைப் போல் நடித்துத் தான் கூரூநாதர் வாயிலாக அனைத்தையும் அறிந்ததாகக் கூறியதோடு மட்டுமல்லாது,

.

? மீண்டும் அவளை மணம் புரிய வற்புறுத்தினான். அதோடு, நீ இவ்வாறு மௌனம் சாத்திதால் நாட்டு நலம் என்ன ஆகும் என்பது போல், கவலைப்படுபவன் போல் பாசாங்கு செய்தான்.

10. லஷ்மி எவ்வாறு எதனால் திருமணத்திற்கு சம்மதித்தாள்?

முதலில் வெங்கண்ணாவின் வேண்டுகோளுக்கு மறுத்தாலும், அவனின் மிருகக் குணத்தை அறிந்தவளாதலால் வேறு வழியின்றி லஷ்மி திருமணத்திற்கு சம்மதித்தாள்.

11. மாறப்பன் சத்திரத்து நிர்வாகியிடம் வினவியதும் அதற்கு அவர் உரைத்ததும் யாவை?

v.

? லஷ்மிதேவியைக் காண சந்திரகிரிக்கு வந்த மாறப்பன் ஊரே விழாக்கோலம் கொண்டிருப்பதை எண்ணி சற்று அதிர்ச்சியடைந்தான்.

v.

? மன்னர் அச்சுதர் இறந்தது தெரியாத மக்கள் இவ்வளவு மகிழ்வுடன் உள்ளனரே என்று குழம்பியபடி,

v.

? ஒரு சத்திரத்து வாசலில் தன் குதிரையைக் கட்டிவிட்டு, சத்திரத்து நிர்வாகியிடம்

v.

ஊரின் குதூகலத்திற்;கான காரணத்தை வினவினான்.

v.

? அதற்கு அவர் இளவரசிலஷ்மி தேவிக்கும் அவள் அத்தை மகன் வெங்கண்ணாவிற்கும் நடக்க இருக்கும் திருமண நிகழ்ச்சியே மக்களின் குதூகலத்திற்குக் காரணம்

என்றார்.

v.

? அதற்கு மாறப்பன் இளவரசிக்கு இந்தத் திருமணத்தில் விருப்பமா? என்று வினவினான்.

v.

? மன்னர் உயிரோடு இருந்தால் இவ்வாறு நடக்;கவாய்பில்லை. அவர் வெங்கண்ணாவை வெறுப்பவர். மேலும் இதெல்லாம் ராஜாங்க விஷயம் நமக்கெதெற்கு? என்று விடையளித்தார்.

மல்லன் மாறப்பன் பகுதி 16 (வினாவிடைகள்)

1. மாறப்பன் லஷ்மியின் திருமணம் கட்டாயமானது என்று எதனால் எண்ணினான்?

v.

? சத்திரத்து நிர்வாகி வெங்கண்ணாவைப் பற்றிக் கூறியதாலும்,

v.

? ஏற்;கனவே அச்சுதரும் அவனைப்பற்றிக் கூறியிருந்ததாலும்,

v.

? லஷ்மிதேவியும் தன் தந்தையொரரைப் போலவே வெங்கண்ணாவை வெறுத்திருப்பாள் என்பதை அறிந்ததாலும்,

v.

? மாறப்பன் லஷ்மியின் திருமணம் கட்டாயத் திருமணம் என்று எண்ணினான்.

2. மணவிழா ஏற்பாடுகள் குறித்தும், மணப்பெண் கோலத்தில் இருந்த லஷ்மியின் மனநிலை குறித்தும் எழுதுக.

.

? பொழுது விடிந்ததும் மங்கல வாத்தியங்கள் முழங்கின.

? இளவரசியின் திருமணக் கோலத்தைக் காண மக்கள் சுறுசுறுப்பாக இயங்கினர்.

? இரவே வீதிகளை அலங்கரித்தனர்.

? இளவரசியைக் காண சாரிசாரியாக மக்கள் கூட்டம் அரண்மனையை நோக்கிப் படையெடுத்தது.

? அச்சுதர் தந்த பொருளோடு மாறப்பனும் இளவரசியைக் காணச் சென்றான்.

? அரண்மனை முழுவதும் ஆனந்தமும், அலங்காரக் கோலாகலமுமாகக் காணப்பட்டன.

? ஆனால் சிம்மாசனத்தில் மணப்பெண் கோலத்தில் அமர்ந்திருந்த லஷ்மியின் முகத்தில், சிறிது கூட மலர்ச்சியில்லை.

3. லஷ்மி திடுக்கிட்டது எதனால்?

திருமணத்தைக் காணவந்த மாறப்பன் தன் பெட்டியினுள் வைத்திருந்த பொருளை லஷ்மிதவேக்கத் திறந்து காட்டியதால் அவள் திடுக்கிட்டாள். அவளிடம் பரபரப்பு காணப்பட்டது. விரித்த விழிகளுடன் இந்த பாதி மோதிரம் உங்களுக்கு எப்படிக் கிடைத்தது என்று கேட்டாள்.

4. மாறப்பன் எதனால் லஷ்மியை அமைதியாக இருக்கக் கூறினான்?

v.

? தன்னிடம் மோதிரம் எப்படிக் கிடைத்தது என்று கேட்ட லஷ்மியிடம் மாறப்பன் தங்கள் தந்தையோர் தான் கொடுத்தார் என்று கூறினான்.

v.

? அதற்கு அவள் தன்னை மறந்தவளாக அப்பாவா! அப்பா உயிரோடுதான் இருக்கிறாளா என்று படபடப்புடன் கேட்டாள்.

v.

? அதற்கு மாறப்பன் பிறர் கவனம் உங்கள் மீது பதியாதபடி அமைதியாகப் பேசுங்கள். வெங்கண்ணாவிடமிருந்து உங்களைக் காப்பாற்றவே நான் வந்திருக்கிறேன் என்று இரகசியக் குரலில் பேசினான்.

5. லஷ்மிதேவியைக் காப்பாற்ற மாறப்பன் கூறிய உபாயம் யாது?

.

? கண்ணீர் திரள தன்னை நோக்கிய இளவரசியிடம் மாறப்பன், எதுவும் நடவாததுபோல் மெல்ல எழுந்து பின்னால் உள்ள திரைச்சீலையின் பக்கம் போங்கள் என்றான்.

.

? மந்திரத்திற்குக் கட்டுண்டவள் போல் அவளும் மெல்ல நகர்ந்தாள். தந்தையின் முத்திரை மோதிரத்தின் பாதியை நீட்டிய மாறப்பனின் கையைப் பற்றிக்கொண்டு, என் தந்தையை எங்கு பார்த்தீர்கள்? எப்படி இருக்கிறார்? என்ன சொன்னார் என்று வினாக்களைக் கேட்டாள்.

.

? நாம் சீக்கிரம் இங்கிருந்து வெளியேறே வேண்டும். மற்றவற்றைப் பிறகு விவரமாகக் கூறுகிறேன். என் குதிரை அரண்மனை வாசலில் நின்று கொண்டிருக்கின்றது.

.

? வெங்கண்ணாவின் தன் ஆட்களை விரட்டிக்கொண்டிருப்பான் என்று துரிதப்படுத்தினான்.

.

? இருவரும் விரைந்து சென்று அரபுக் குதிரையில் ஏறி தப்பிச் சென்றனர்.

6. லஷ்மி மாயமானதைக் கேட்ட வெங்கண்ணா என்ன செய்தான்?

v.

? யாரரோ ஒரு இளைஞன் அளித்த காணிக்கையைக் கண்டு இளவரசி முகம் வெளுத்து

உள்ளே எழுந்துபோனதையும்,

v.

? அவளைப் பின்தொடர்ந்து அந்த இளைஞனும் சென்றதையும், வெங்கண்ணாவிடம் கூறினர்.

v.

? அதே சமயம் நுழைவாயிலிலிருந்து ஓடிவந்த வீரன் ஒருவன் வெங்கண்ணாவிடம், இளவரசியை ஒரு வீரன் குதிரையில் ஏற்றிக் கொண்டு ஓடும்பொழுது தடுத்த வீரர்களை அந்த வாலிபன் தாக்கி வீழ்த்திய செய்தியையும் கூறினான்.

v.

? இதைக் கேட்டு கொதித்து எழுந்த வெங்கண்ணா, "ஓடுங்கள்! பிடியுங்கள் அவனை! தடுத்து நிறுத்துங்கள்!" என்று பாய்ந்தபடி கத்தினான்.

v.

? தளபதிகளும், வீரர்களும் திசைக்கு ஒருவராக ஓடினர்.

7. குதிரையில் ஏறிச்சென்ற மாறப்பன் வழியில் லஷ்மியிடம் என்ன கூறினான்?

மாறப்பன் லஷ்மியிடம் "இளவரசி! என் பெயர் மாறப்பன். உங்கள் தந்தையார் உங்களிடம் இதைக் கொடுக்கும்படி கூறி மேலும் சில கட்டளைகளும் இட்டுள்ளார்" என்றும் கூறினான்.

"இதை எதிர்பார்த்து நான் எத்தனை நாள் காத்திருந்தேனே தெரியுமா? அப்பாவின் நிலை என்ன?" என்று வினவினாள்.

வெங்கண்ணாவின் ஆட்கள் பின்தொடருவதைக் கண்ட மாறப்பன், "இளவரசி! முதலில் பத்திரமான இடத்திற்கு நாம் செல்வோம். பிறகு எல்லாவற்றையும் விவரமாகக் கூறுகிறேன்" என்றான்.

8. ஆற்றுநீர் பற்றி குறிப்பு வரைக.

• ? தங்களைத் தொடர்ந்து வந்த வெங்கண்ணாவின் ஆட்களால் பறவியின் வேகத்திற்கு
ஈடு கொடுக்க முடியவில்லை.

• ? ஆனால் அற்புதப் பறவியின் அதிசய ஆற்றலுக்குத் தடைபோட்டு நிறுத்தியது
குறுக்கே வந்த ஒரு காட்டாறு.

• ? இரு கரையையும் தொட்டுக் கொண்டு சுழியிட்டுக் கொண்டு அது ஓடியது.

• ? அந்த ஆற்றில் 'ஹோ' என்ற இரைச்சலுடன் பொங்கிப் பாயும் ஆற்று வெள்ளத்தைக்
கண்டு இளவரசி கலவரப்பட்டாள்.

9. பறவியில் (குதிரை) சென்ற லஷ்மியின் திகைப்பும் மாறப்பனின் பதிலும் யாது?

v.
? பறவியில் சென்ற லஷ்மி, மாறப்பனிடம் "ஆழமான ஆறு. வெள்ளம் வேறு.
வெங்கண்ணாவின் ஆட்கள் வேறு வந்து விடுவார்களே!" என்று தவித்தாள்.

v.
? அதற்கு மாறப்பன், "கவலைப்படாதீர்கள் இளவரசி! இது உயர் ஜாதிக்குதிரை. வெள்ள
நீருக்கு பயப்பட்டு நிற்கவில்லை. எப்படிக் கடக்கலாம் என்று திட்டமிடுகிறது."
என்றான்

v.
? மேலும் இதன் பிடரியைக் கெட்டியாகப் பிடித்துக்கொள்ளுங்கள். வெள்ளத்தை நீந்திக்
கடக்கும் பொழுது நழுவி விடாதீர்கள் என்று கூறியபடி வாஞ்சையோடு
குதிரையைத் தடவிக்கொடுத்தான்.

v.
? மறுநிமிடம் அந்த அரபுக்குதிரை கம்பீரென்று ஆற்று வெள்ளத்தில் குதித்து நீரைக்
கிழித்துக்கொண்டு எதிர்கரையை நோக்கி நீந்தியது.

10. குதிரையின் செயலைக் கண்ட வெங்கண்ணாவின் ஆட்கள் என்ன செய்தனர்?

? குதிரை ஆற்றில் நீந்திச் செல்வதைக் கண்ட வெங்கண்ணாவின் ஆட்கள், "இதென்ன மாயக்குதிரையோ? எவ்வளவு வேகமாக ஓடியது. இப்பொழுது இந்த பயங்கர வெள்ளத்திலும் அநாயசமாக நீத்திப் போகிறதே! நாம் ஆற்றில் இறங்கினால் நம் குதிரைகள் நம்மையும் இழுத்துக்கொண்டு ஆற்றோடு போய்விடும்" என்றனர்.

11. குதிரையின் செயெலைக் கண்ட பின்னர் வீரர்கள் என்ன முடிவு செய்தனர்?

v.

"ஆற்றில் இறங்கும் முட்டாள் தனத்தை நாமும் செய்ய வேண்டாம்.

v.

சற்றுத்தொலைவில் உள்ள பாலத்தின் வழியாக ஏறி மறுகரையை அடைந்து, வெள்ளத்தை சமாளித்து அந்த மாயக்குதிரை வெளியே வந்தால் அவர்களை நாம் அங்கு வரவேற்பேம்" என்று பாலத்தை நோக்கி விரைந்தார்கள்.

மல்லன் மாறப்பன் பகுதி 17 (வினாவிடைகள்)

1. குதிரையின் தன்மையை விவரி?

ஆற்று வெள்ளம் என்னை வெல்ல உன்னால் முடியுமா? என்பது போல் குதிரையை படாதபாடு படுத்தி தடுமாற வைத்தது.

ஆனால் நீலவேணி என்ற அந்த குதிரையைக் காட்டாற்று வெள்ளத்தால் எதுவும் செய்ய இயலவில்லை. மாறப்பனையும், லஷ்மிதேவியையும் சுமந்தபடி ஆற்றுவெள்ளத்திலிருந்து கரையையேறியது.

2. வெங்கண்ணாவின் ஆட்கள் தப்பியவுடன் மாறப்பன் லஷ்மியிடம் கூறியது என்ன?

? மாறப்பன் லஷ்மியிடம்,"இளவரசி! நம்மை விட்டு அபாயம் இன்னும் நீங்கவில்லை. வெங்கண்ணாவின் ஆட்கள் பாலத்தின் வழியாக ஆற்றைக் கடந்து நம்மைத் துரத்திக்கொண்டு வருகிறார்கள்.

? அந்த வேட்டை நாய்களை விரட்டிவிட்டு வருகிறேன். அது வரை இந்தத் தோப்பில் உள்ள மறைவிடத்தில் இளைப்பாறி, உடைகளையும் காயப்போடுங்கள்" என்றான்.

3. மாறப்பனுக்கும் வெங்கண்ணாவின் ஆட்களுக்கும் நடந்த நிகழ்வுகளை விவரி.

v.

? தங்களை விரட்டிவந்த வீரர்;களை நோக்கி மாறப்பன், "ஓடிவிடுங்கள் இல்லையேல் இதன் வீச்சிலேயே மாய்ச்சிழப்பீர்" என்று கூறி தன் சோழநாட்டு வாளை காற்றோடு விளையாடிக்காட்டினான்.

v.

? அவர்களும் மாறப்பனின் சவாலை ஏற்று, வாளை சுழற்றினார்கள்.

v.

? மாறப்பனின் வல்லமை இல்லாததால், நால்வரில் மூவர் படுகாயமுற்று விழுந்தனர்.

v.

? எஞ்சிய வீரன் மாறப்பனை நோக்கி உயிர்பிச்சை கேட்டு மன்றாடினான்.

4. எஞ்சிய வீரனிடம் மாறப்பன் கூறியது என்ன? எதனால்?

எஞ்சி நின்று தன்னிடம் உயிர்பிச்சை கேட்ட அவ்வீரனிடம், மாறப்பன், "பிழைத்துப்போ! பரோசகைக்காரனாகிய உங்கள் எஜமானிடம் சந்திரகிரி சிம்மாசனத்தை ஒழித்துவைக்கச் சொல்! ம்... ஓடு!" என்று விரட்டினான். அவனும் உயிருக்கு மன்றாடியபடி காயமுற்றுக் கிடந்த தன் தோழர்களைத் தூக்கி குதிரை மீது போட்டுக்கொண்டு சந்திரகிரியை நோக்கிக் குதிரைகளை செலுத்தலானான்.

5. வெற்றியுடன் திரும்பிய மாறப்பனிடம் முதலில் லஷ்மி என்ன கூறினாள்?

? வெற்றியுடன் திரும்பிய மாறப்பனிடம்,

? அவனை மகிழ்ச்சியுடன் வரவேற்று, அதே நேரத்தில் அவன் முகவாட்டத்தைக் கண்டதால்,

? "ஐயா வெங்கண்ணாவிடமிருந்து என்னைக் காப்பாற்றினீர்கள்,

? என் அருமைத் தந்தையிடமிருந்து அடையாளத்தோடு வந்துள்ளீர் ராமதூதனைப் போல்.

? அசோகவனத்து சீதையைபோல் உள்ளேன் நான்.

? உங்கள் முகத்தில் மகிழ்ச்சி இல்லையே!" ஏன் என்று வினவினாள்.

6. மாறப்பன் லஷ்மியிடம் தன்னைப் பற்றிக் கூறியது என்ன?

மாறப்பன் "இளவரசி! உங்கள் தந்தையின் அன்பிற்கும் நம்பிக்கைக்கும் பாத்திரமானேன்.

அவரின் கடைசி ஆசையை நிறைவேற்ற வெங்கண்ணாவிடமிருந்து, குதிரைமீது வந்து உங்களை சிறைமீட்டனே;.

கையிலே வாள்- தோளிலே வலிமை- உள்ளத்தில் நேர்மை இருந்தாலும், நான் அரசகுடும்பத்தவனல்ல.

சோழ வள நாட்டின் ஒரு சாதாரணக் குடிமகன்" என்று உணர்ச்சிவசப்பட்ட குரல் தழுதழுக்கக் கூறினான்.

7. தன்னைப் பற்றி மாறப்பன் கூறக்கேட்ட லஷ்மியின் மறுமொழி யாது?

v.

? தன்னைப் பற்றிக் கூறிய மாறப்பனிடம் இளவரசி, "நீங்கள் அரச குலத்தவராக இல்லாதிருப்பதையும்

v.

? சாதாரணக் குடும்பத்தவராய் இருப்பதையுமே நான் பெருமைப்படுகின்றேன்.

v.

? அரண்மனை வாழ்வும் அரசியல் சூழ்ச்சிகளும் எனக்கு வெறுத்துவிட்டது.

v.

? என் தந்தை பட்ட துயரங்களை உங்கள் மூலம் கேட்டபிறகு, நான் அரசகுமாரியாக இருக்கவே விரும்பவில்லை.

v.

? என்னை இளவரசியாகப் பார்க்காமல், உங்கள் நாட்டு ஏழைப்பெண்ணாகப் பாருங்கள்" என்று கூறினாள்.

8. "எனக்காக அரசபோகத்தைத் துறக்கப் போகிறீர்களா!" என்று வினவிய மாறப்பனிடம் லஷ்மி என்ன கூறினாள்?

"இப்படியே — உடுத்தியுள்ள ஒற்றைப் புடவையுடன்; உங்களுடன் வருகிறேன். நீங்கள் வாழும் குடிசையே இனி எனக்கு அரண்மனை. இந்த அரச குமாரியை இந்தச் சாதாரணக் குடிமகனார் ஏற்றுக் கொள்வாரா?" என்று எனக்காக அரசபோகத்தை துறக்கப் போகிறீர்களா என்று வினவிய மாறப்பனிடம் இளவரசி கூறினாள்.

9. தன்னை ஏற்றுக் கொண்ட லஷ்மியிடம் மாறப்பன் கூறியது என்ன?

லஷ்மியின் பேச்சால் திருப்தி அடைந்த மாறப்பன், "லஷ்மி நான் அதிர்ஷ்டக்காரன்!" என்று கூறி, மன்னர் கிருஷ்ணதேவராயர் தன்னை வந்து காணும் படி கூறியுள்ளதையும், தன் நண்பன் திம்மரயன் விஜய நகரில் பெரும் பதவியில் இருப்பதையும், கூறி அவர்களை தான் சந்தித்து, இளவரசிக்கு ஏற்ற ஆண்மகனாகத் தன்னை உயர்த்திக்கொண்டு மீள

வருவதாகக் கூறினான் மாறப்பன்.

10. மாறப்பன் தலைநகர் போகும் போது என்ன செய்தான்?

v.

? விஜய நகரத்திற்குச் செல்லும்பொழுது லஷ்மியைத் தன்னுடன் அழைத்துச்
செல்லமுடியாதே என்று வருந்திய மாறப்பனிடம், லஷ்மி, "கூரைகூல வாசத்தில்
எனக்குக் கிடைத்த தோழியின் வீட்டிற்கு நான் சென்று, உங்கள் வரவை எதிர்பார்த்துக்
காத்திருக்கிறேனே" என்று கூறினாள்.

v.

? அவள் விருப்பப்படியே அவள் தோழியின் வீட்டில் விட்டு விட்டு, மாறப்பன் தலைநகர்
நோக்கிச் சென்றான்.

மல்லன் மாறப்பன் பகுதி 18 (வினாவிடைகள்)

1. மாறப்பன் எதை அசைபோட்டுச் சென்றான்?

v.

வெங்கண்ணாவின் பிடியிலிருந்து இளவரசியை மீட்டு அவள் தோழியின் வீட்டில் விட்டு
விட்டு விஜயநகரம் கிளம்பினான். வழியில்,

v.

ராயரின் முகாமில் நடந்த குத்துச் சண்டையைப் பார்வையிட வந்ததும்,

v.

அதில் பங்கேற்று சூழ்ச்சி புரிந்த வெள்ளையர்களின் வேஷத்தைக் கலைத்துத் தான்
வெற்றி பெற்றதையும்,

v.

மகாராஜா தான் அணிந்திருந்த பொன் ஆபரணத்தைக் கழற்றி தானே தன் கையால்
அணிவித்துப் பாராட்டியதையும் நினைத்து அசைபோட்டுக் கொண்டே சென்றான்.

2. மாறப்பன் எதனால் நிம்மதி அடைந்தான்?

தலைநகர் எப்படி இருக்கமோ? மகாராயரை எப்படிச் சந்திப்பது, என்ற கவலையுடன் வந்தவனுக்கு, மன்னர் வெகுமானமாக அளித்த தங்கச் சங்கிலியின் நினைவு வரவே, "மன்னரின் முத்திரைப் பதித்த இந்தச் சங்கிலிக்கு அரண்மனைக் காவலர்கள் தலைவணங்கி என்னை அவரிடம் அழைத்துச் செல்வார்கள்" என்ற நினைவு வரவே மாறப்பன் நிம்மதி அடைந்தான்.

3. காட்டுவழியில் கண்ட காட்சியைக் கண்ட மாறப்பன் என்ன செய்தான்?

காட்டுவழியின் குறுக்கே கூட்டமாகப் பலர் நின்று கொண்டிருந்ததைக் கண்ட மாறப்பன், அவர்களிடம் சென்று எதற்காக இங்கு நடுக்காட்டில் நின்றுகொண்டிருக்கிறீர்கள் என்று வினவினான்.

"தம்பி! நீயும் வந்து சிக்கிக்கொண்டாயா? கொள்ளைக்காரன் ருத்ரய்யா, அதோ பார் என்று சுட்டிக் காட்டுவதற்குள்,

"குதிரை வீரனே வா! என் துப்பாக்கிக்கு வேலை தராமல் உன்னிடம் உள்ள பொருள்களைக் கொடுத்துவிடு.." என்று கூறி வந்தான் ருத்ரய்யா.

4. ருத்ரய்யாவின் தோற்றம் எத்தகையது?

ருத்ரய்யா முகமூடி அணிந்திருந்தான்.

கம்பீரமான உருவம்.

மூக்கையும், வாயையும் ஒரு கறுப்புத் துணியால் மறைத்துத் தலைப்பாகையோடு கட்டியிருந்தான்.

மாறப்பனின் நெஞ்சைக் குறிபார்த்தபடி துப்பாக்கி ஒன்று அவனிடம் இருந்தது.

ரோமம் அடர்ந்த புருவங்களின் கீழே பளபளத்த விழிகள் சிவந்திருந்தன.

5. வியாபாரிகள் மாறப்பனிடம் என்ன குறினர்?

v.

? கொள்ளைக் காரனைக் கண்ட மாறப்பன் சிறிதும் கலவரப்படாமல், என்னிடமுள்ள பொருள்களைத் தராவிட்டால் என்ன செய்வாய்? என்று கேட்டுக் கொண்டிருந்ததைக் கண்ட வியாபரிகள்,

v.

? "தம்பி, தம்பி! அந்த பறங்கி ஆயுதமான துப்பாக்கியரே தகராறு வேண்டாம்.

v.

? ருத்ரய்யா ஈவு இரக்கமற்றவன்.

v.

? கொடியவன்.

v.

? கொலைக்கும் அஞ்சாதவன் என்று குறினர்.

6. மாறப்பனுக்கும் கொள்ளைக்காரனுக்கும் நடந்த உரையாடலை சுருக்கி வரைக.

? ராயர் மாறப்பனுக்கு அளித்த சங்கிலியை ருத்ரய்யா தனது இடது கையால் தொட்டு ஆராயந்ததை விரும்பாத மாறப்பன்,

? உன் நீசக்கையால் அதைத் தொட்டு அதன் புனிதத்தை மாசுபடுத்தாதே. மன்னர் மகா ராயர் எனக்கு அளித்த பரிசு அது. என் உயிரினும் மேலோனது.

? உன் கையை எடுக்காவிட்டால் என் முஷ்டி உன் மூக்கைச் சப்பையாக்கும், என்று
மாறப்பன் கூறுவதற்கு முன்,

.

? அவன் கழுத்திலிருந்த சங்கிலி ருத்ரய்யாவின் கைக்குப் போய்விட்டது. மேலும்
அவன் வலது கையிலிருந்த துப்பாக்கி மாறப்பனின் தலையைப் பலமாகத் தாக்கவே,

.

? வலி தாங்கமாட்டாமல், "ஐயோ!" என்று அலறியபடி தன் தலையைக் கைகளால்
பற்றிக்கொண்டு தரையில் சரிந்தான் மாறப்பன்.

.

? அதோடு தன் துப்பாக்கியை வானை நோக்கி சுட்டுவிட்டு, வியாபாரிகள் மற்றும்
மாறப்பனிடம் பறித்த பொருள்களோடு கொள்ளைக்கார ருத்ரய்யா கானகத்தில்
புகுந்து மறைந்தான்.

7. வியாபரிகள் அடிபட்ட மாறப்பனிடம் என்ன கூறினர்?

v.

? தம்பி! நீ குதிரைமீது துரத்தில் வருவதைக் கண்டபோது நாங்கள் மிகவும்
நம்பிக்கையுடன் இருந்தோம்.

v.

? உன்னிடம் ஆயுதம் இருக்கும். கொள்ளைக் கார ருத்ரய்யாவுடன் போராடி
எங்களையும் காப்பாய் என்று எண்ணினோம்.

v.

? அவனும் கூட உன்னைக் கண்டதும், சஞ்சலப்பட்டு மரத்தின் பின்புறம்
ஒளிந்துகொண்டான்.

v.

? ஆனால் ஆயுதமும் இன்றி, அசட்டுத் தனமாக அவனிடம் மாட்டிக்கொண்டதோடு,
உன் சங்கிலியையும் பறிகொடுத்துவிட்டாயே! என்று வருந்திக் கூறினர்.

v.

? அதற்கு மாறப்பன் அந்த அயோக்கியனை நான் விடப்போவதில்லை, என் சங்கிலியையும்
மீட்பேன் என்று மனதில் உறுதிகொண்டான்.

v.

? வண்டி மாடுகளையும், பொருள்களை இழந்த வியாபாரிகளும் நடந்தே ஊருக்குச்

சென்றனர்.

8. வழியில் கண்ட திம்மராயனுக்கும் மாறப்பனுக்கும் நடந்த உரையாடலை சுருக்கி
வரைக.

.

? தன் உடைமைகளையும், குதிரையையும் கொள்ளைக்காரனிடம்
பறிகொடுத்துவிட்டு, வேதனையுடன் திரும்பிய மாறப்பன், அவ்வூர் அரசினர்
மாளிகையில் தன் நண்பன் திம்மராயனைக் கண்டு, அரசமை நண்பா திம்மா! உன்னைக்
காணத்தான் தலைநகருக்குச் சென்றுகொண்டிருக்கின்றேன். என் அதிர்ஷ்டம் உன்னை
இங்கேயே சந்தித்துவிட்டேன் என்றான்.

.

? மாறப்;பனைக் கண்ட திம்மராயன், நண்பா! நீ எப்படி விடுதலைப் பெற்றாய்? உன்னைக்
கண்டதில் எத்தனை மகிழ்ச்சி தெரியுமா? என்று கூறி நண்பனைத்
தழுவிக்கொண்டான்.

9. விடுதலையான மாறப்பனுக்கும், திம்மராயனுக்கும் நடந்த உரையாடலை சுருக்கி
வரைக.

v.

? விடுதலைப் பெற்ற தன் நண்பனிடம், திம்மன் தான் இந்த ஊரில் வரிவசூல் செய்யும்
அதிகாரியாகப் பணியாற்ற வந்திருப்பதாகக் கூறினான்.

v.

? அதற்கு மாறப்பன் போர்த்துக்கீசிய கப்பலில் நடந்த நிகழ்வுகளிலிருந்து, தற்சமயம்
ருத்ரய்யாவிடம் நகையைப் பறி கொடுத்ததை வரை விளக்கமாகக் கூறினான்.

v.

? அதற்கு திம்மன், "மாறப்பா! நீ சந்திரகிரி இளவரசியின் கணவனாகப் போவதை எண்ணி
நான் பெரிதும் மகிழ்கின்றேன்" என்று கூறி, இங்கு நீ என்னுடனேயே தங்கலாம்.
என்றும், உன்னை நானே கிருஷ்ணதேவராயரிடம் அழைத்துப் போகிறேன் என்றும்
கூறினான்.

v.

? இதனைக் கேட்ட மாறப்பன் கொள்ளைக்கார ருத்ரய்யாவின் நினைவை ஒதுக்கி விட்டு நிம்மதிப்பட்டான்.

மல்லன் மாறப்பன் பகுதி 19 (வினாவிடைகள்)

1. மாறப்பன் ஏன் திம்மராயனுடன் தங்கிவில்லை? பிறகு எங்கு எதனால் தங்கப்போவதாகக் கூறினான்?

தன்னுடைய நண்பன் திம்மராயன் அரசு அதிகாரியாக, ராஜாங்க காரியமாக வந்திருப்பதால் மாறப்பன் அவனுடன் தங்கவில்லை.

மலேயும் ராயரின் ஆட்சியில் சத்திரங்களில் தங்கும் பயணிகளுக்கு ஒருகுறையையும் இருக்காது என்பதாலும்,

ராஜ உபசாரம் செய்வார்கள் என்பதைக் கேள்விப்பட்டிருப்பதாலும்,

அதோடு மட்டுமன்றி திம்மராயனின் விடுதிக்கு அருகிலயேே சத்திரம் உள்ளதாலும் தான் சத்திரத்தில் தங்கப்போவதாக மாறப்பன் திம்மராயனிடம் கூறினான்.

2. மாறப்பன் தங்கிய சத்திரத்தில் நடந்தவற்றை சுருக்கி வரைக.

? மாறப்பன் தங்கிய சத்திரத்து அதிகாரி அவனிடம் விசேஷே அக்கறைக் காட்டினார்.

? பயணக் களைப்பு, நண்பனைக் கண்ட களிப்பு, சுகமான தூக்கம் இமைகளை அழுத்த மாறப்பன் அயர்ந்து தூங்கினான்.

? நள்ளிரவில், ராயர் மாறப்பனின் கழுத்தில் அணிவித்த பதக்கத்தோடு, முக்காடிட்ட

வந்த ஓர் உருவம் சங்கிலியை மாறப்பனின் கட்டில் அருகே இருந்த ஓர் இருக்கையில் வைத்துவிட்டு, இருட்டில் கலந்து மறைந்தது.

3. மீளக் கிடைத்த சங்கிலியைப் பற்றி மாறப்பன் திம்மனிடம் என்ன கூறினான்?

v.

? சத்திரத்தில் அயர்ந்து உறங்கி விழித்த மாறப்பனுக்கு முதலில் கண்ணில் பட்டது அந்த சங்கிலிதான்.

v.

? தான் கொள்ளையன் ருத்ரய்யாவிடம் பறிகொடுத்த சங்கிலி இங்கே வந்த அதிசயத்தைக் கண் வியப்படைந்த அவன், மிகுந்த பரபரப்புடன் சென்று உடனே அதனை விவரமாக திம்மராயனிடம் கூறினான்.

4. சங்கிலி பற்றி திம்மன் மாறப்பனிடம் என்ன கூறினான்?

சங்கிலியைப் பற்றிக் கூறிய மாறப்பனிடம் திம்மன்,

பஷே, பஷே. இழந்த பொருள் கிடைத்துவிட்டதல்லவா! இதற்காக பரபரக்காதே!

நீ ராயரின் அன்புக்குப் பாத்திரமானவன் என்பதால், இதனைத் திருடியவனுக்குத் தொல்லை ஏற்படும் என்று எண்ணி பயந்து சங்கிலியைத் திரும்பக் கொண்டுவந்து வைத்திருக்கலாம்.

அதில் அரசமுத்திரைவேறே உள்ளது.

அதனால் அதனை விற்கவோ வேறே எதுவும் செய்யவோ முடியாது அல்லவா!

அதனால் கூட சங்கிலியைத் திரும்ப வைத்திருக்கலாம் என்று பதட்மின்றிக்

கூறினான்.

அரசு அதிகாரியான என்னுடன் நீ உறவாடியதனாலும் இரக்கலாம் என்று
சிரிப்புடன் கூறினான் திம்மராயன்.

மேலும் ருத்ரய்யா பயந்தாங்குளியாக இருக்க வாய்ப்பில்லை. இதுவரை அவன்
கொள்ளையடித்த பொருள்களைத் திருப்பித் தந்ததும் இல்லை. நீ அதிர்ஷ்டக்
காரன்தான் என்றான் திம்மன்.

5. சிங்கராயர் யார்? அவரைப் பற்றி மாறப்பருவனிடம் திம்மராயன் கூறியது என்ன?

v.
? கொள்ளைக்காரனைப் பற்றி இருவரும் உரையாடிக்கொண்டிருக்கையில் அவ்வழியாக
வந்த ஒருவனைக் கண்டு மாறப்பன் முகம் சிவந்தது.

v.
? உடனே அவன் திம்மராயனிடம் தான் அந்த அகம்பாவக்காரனைப்பற்றியும் அவனுடன்
தனக்கு ஏற்பட்ட மோதல் பற்றியும் கூறினான்.

v.
? அதற்கு திம்மராயன். பலே மாறப்பா! நீ வழியில் பல சாகசங்களைப் புரிந்திருக்கிறாய்
போன்றுள்ளதே! என்று கூறிவிட்டு,

v.
? உன்னிடம் கொள்ளையடித்த ருத்ரய்யாவைப் பிடிப்பதற்காக அரசரால் நியமிக்கப்பட்ட
சேனாதிபதி சிங்கராயர் தான் அவர்.

v.
? கொஞ்சம் முரடராய் இருந்தாலும் சிறந்த வீரர். என்றான் திம்மன்.

v.
? அதற்கு மாறப்பன், அப்படியானால் அவர் அகம்பாவியாக இருப்பதில் தவறில்லை என்று
மறுமொழி கூறினான்.

6. கொள்ளையனைப் பற்றி சிங்கராயரிடம் கூற நினைத்த மாறப்பனைத் தடுத்து

திம்மராயன் யாது கூறினான்?

.

? கொள்ளையனைப் பற்றி நான் அறிந்தவற்றை சிங்கராயரிடம் உடனே கூறவேண்டும் என்று எழுந்த மாறப்பனைத் தடுத்த, திம்மன்

.

? நீ இப்பொழுது அவரிடம் சென்றால் உன் சங்கிலி எவ்வாறு கிடைத்தது என்று அவர் வினவுவதோடு, உனக்கும் கொள்ளையனுக்கும் தொடர்பு இருப்பதாகக் கருதமாட்டாரா?

.

? மேலும் நீ அவரைத் தாக்கியிருப்பதால் உன்மீது கோபமாக வேறு இருப்பார். எனவே முட்டாள் தனமான செயலில் அவசரப்பட்டு இறங்காதே என்றான்.

.

? திம்மராயன் கூறியது சரியாகப் புலப்படவே, தன் அவசரபுத்திக்காக வெட்கித் தலைகுனிந்தான் மாறப்பன்.

7. நண்பனிடம் திம்மராயன் என்ன கூறி விடைபெற்றான்?

v.

? மாறப்பனுக்கு அறிவுரை கூறிய பின்னர், திம்மராயன் அவனிடம் நான் வரிவசூல் செய்யப் புறப்படுகிறேன்.

v.

? நீ ஊர் சுற்றிப்பார்.

v.

? சண்டை சாகசங்களில் ஈடுபடாதே!

v.

? அரசாங்க விருந்தாளியாக அறுசுவை உணவு உண்டு ஓய்வடுத்துக்கொள். சத்திரக்காரரிடம் கூறியுள்ளேன். என்று கூறிவிட்டு திம்மராயன் விடைபெற்றான்.

8. மாறப்பனின் இதயம் படபடக்க காரணமாயிருந்த நிகழ்ச்சியை சுருக்கி வரைக.

? மாறப்பன் திம்மனிடம் விடைபெற்ற பின்னர் ருத்ரய்யாவைப் பற்றி சத்திரக்காரர் கூறியதையும்,

? தன் சங்கிலி எவ்வாறு திரும்பக் கிடைக்கப்பெற்றது என்பதைப் பற்றியும் பலவாறு குழம்பியிருந்தான்.

? இரவில் உறக்கம் வராமல் போகவே நிலவொளியில் வீரர்கள் தொடர சிங்கராயர் ருத்ரய்யாவை வேட்டையொடச் செல்வதைக் கண்டான்.

? இரவு இரண்டாம் சாமத்தில், கட்டுமஸ்தான ஓர் உருவம் போர்வையால் தலைமுதல் கால்வரை போர்த்திக்கொண்டு சிங்கராயரைப் பின்தொடர்வதைக் கண்டான்.

? அவ்வுருவத்தைக் கூர்ந்து கவனித்தபோது அது திம்மராயன் போல் இருக்கிறதே! என்று அவன் மனம் கலங்கியது.

மல்லன் மாறப்பன் பகுதி 20 (வினாவிடைகள்)

1. திம்மராயனைக் கண்ட மாறப்பன் எதனால் மனம் கலங்கினான்?

v.
? இருளில் தன்னைப் போர்த்திய அவ்வுருவம் திம்மராயனுயதை என்பதை மாறப்பனால் சகிக்கவே இயலவில்லை.

v.
? நண்பா திம்மா! பகலில் அரசாங்க ஊழியன். இரவில் வழிப்பறியும், கொள்ளையும் நடத்தும் ருத்ரய்யாவும் நீதானா! என்று அவன் மனம் எண்ணி எண்ணி வேதனைப் பட்டதால், தூங்க இயலாத அவனுக்கு இரவும் நீண்டதாயிற்று.

2. சத்திரத்து உரிமையொளரிடம் மாறப்பன் என்ன கேட்டான்? எதனால்?

கொள்ளையன் ருத்ரய்யா வியாபரிகளிடம் வண்டிகளைத் திருடியது போலவே தன்
குதிரையையும் கொள்ளையடித்ததை எண்ணி அவன் கலங்கினான்.

எனவே சத்திரத்து நிர்வாகியிடம் உடனே தனக்கு ஒரு உயர்ந்த ஜாதிக் குதிரைத்
தவேை என்று வினவினான்.

3. மாறப்பனிடம் சத்திரத்துக் காரர் என்ன கூறினானர்?

மாறப்பனிடம் சத்திரத்துக்காரர், "ஐயா தங்கள் விருப்பப்படியே உயர் ஜாதிக் குதிரை
தயார். இனி தாங்கள் இங்கு தங்கியிருக்கும் வரை உங்கள் விருப்பம்போல் அதைப்
பயன்படுத்திக் கொள்ளலாம்" எனறு கூறினார்.

4. மாறப்பன் எதனால் தவம் கிடந்தான்?

v.

? சத்திரத்துக்காரரிடம் குதிரையைப் பெற்றுக்கொண்ட பின், பகல் முழுவதும்
மாறப்பனால் அமதியாக இருக்க இயலாமல் அலபாயும் உள்ளத்துடன் தவித்துத் தன்
அறையை விட்டே வெளியில் வராமலிருந்தான்.

v.

? இரவு வளர வளர அவன் தவிப்பும் அதிகமாகி தன் குதிரையையே
பார்த்துக்கொண்டிருந்தான்.

v.

? இன்றும் திம்மராயன் நடு ஜாமத்தில் வெளியே போகிறானா என்பதை ஊர்ஜிதம்
செய்யவே தவம் கிடந்தான்.

5. மாறப்பனின் உள்ளம் எதனால் தவித்தது?

v.

? தன் ஊகப்படி முகமூடி அணிந்திருப்பது திம்மராயனாக இருக்கக் கூடாத
ஆண்டவா! என்று அவன் உள்ளம் புலம்பியது.

v.

? ஆனால் முதல் நாள் இரவைப் போலவே அன்றும் நடு ஜாமத்தில் அதே உருவம்
இருளிலிருந்து வெளிப்பட்ட தன் ராஜபாட்டையில் செல்லலாயிற்று.

v.

? அது திம்மராயனே தான். அந்த உடல் வாகு, வலிமை. ஆம் அவன் திம்மராயனே தான்
சந்தேகமே இல்லை. நான் நினைத்தது சரியே! என்று தத்தளிக்கும் உள்ளத்தோடு
தவித்தான் மாறப்பன்.

6. நள்ளிரவில் மாறப்பன் எதற்காகக் குதிரையில் எவ்வாறு ஏறிச்சென்றான்?

திம்மராயனைப் பின்தொடர்ந்து செல்லவேண்டும் என்ற முடிவுடன்,

சத்திரத்து வாயிலில் தயாராக வைத்திருந்த குதிரைத் தட்டிக்கொடுத்து,

அதன்மீது தாவி ஏறி அமர்ந்து,

திம்மராயனின் இந்த மர்மத்தை அறிந்தே ஆகவேண்டும் என்ற உறுதியோடு
நள்ளிரவில் மாறப்பன் கிளம்பினான்.

7. மாறப்பனின் நெஞ்சம் எதனால் அலைபாய்ந்தது?

v.

மாறப்பன் திம்மராயன் என்று எண்ணி முகமூடி அணிந்தவனைப் பின்தொடர்ந்து
கொண்டிருந்தான்.

v.

திம்மா! நீயா இப்படி என்று பலவாறு கேட்டுக்கொண்டு அவனை மிகவும் நெருக்கமாக பின்தொடர்ந்தான்.

v.

இருப்பினும் திடீரென்று முன்சென்ற குதிரை நேர்பாதையை விட்டு விலகி, குறுக்குப் பாதையில், மரங்களும், புதர்களும் நிறைந்த இடத்தில் இறங்கி இருளில் மறைந்தது.

v.

அதனைக் கண்டு வெறுத்த மாறப்பன் தான் வருவதை அறிந்துதான் அவன் தப்பித்திருக்கவேண்டும் என்று எண்ணினான். இருப்பினும் அவன் பலவாறு அலைபாயந்தது.

8. கொள்ளைக் காரனைப் பிடிக்க சிங்கராயன் செய்த ஏற்பாட்டினைச் சுருக்கி வரைக.

v.

? கொள்ளைக் காரனைப் பிடிக்க சிங்கராயர் மாட்டுவண்டிகளைத் தயார் செய்திருந்தார்.

v.

? இதைக் கண்ட மாறப்பன் இன்று எப்படியாவது ருத்ரய்யாவைப் பிடித்தே ஆகவேண்டும் என்று உறுதியோடு மாட்டுவண்டிக் களம்பொலிகளையும், அதைத் தடுத்து நிறுத்தி, உம். உங்கள் உடமைகளை எடுங்கள் என்று அதிகாரத்துடன் கூறிய அதே குரலை மீண்டும் கேட்டு பின்தொடர்ந்தான்.

v.

? ஆனால் அதற்குள் சிங்கராயர் ம். அவனைப் பிடித்துக் கட்டுங்கள் என்று மற்றவர்களிடையே கூறுவதைக் கேட்டு,

v.

? இதெல்லாம் சிங்கராயரின் ஏற்பாடுதானா? என்று எண்ணியவாறு, தானும் கொள்ளையினைப் பிடிக்கும் முயற்சியில் ஈடுபட்டான்.

மல்லன் மாறப்பன் பகுதி 21 (வினாவிடைகள்)

1. நாட்டு மக்களின் நலனுக்காக மறப்பன் என்ன செய்தான்?

* கொள்ளைக்காரனை வளைத்துப் பிடித்துவிட்டோம் என்று சிங்கராயர் தன் ஆட்களிடம் பெருமிதத்துடன் கூறும்பொழுதே. ருத்ரய்யா சட்டென்று திசைமாறி நழுவிச்சென்றான்.

* இதனைக் கண்ட மாறப்பன் நாட்டு மக்களின் நலன் கருதி இன்று எப்படியாவது ருத்ரையாவைப் பிடித்தே தீரவேண்டும் என்று அவன் பின்னால், நில் ஓடாதே என்று கூறியபடியே தொடர்ந்தான்.

2. கொள்ளைக்காரன் எதனால் அதிர்ந்தான்? பின்னர் என்ன செய்தான்?

* சிங்கராயனிடம் இருந்து தப்பித்த ருத்ரையா, மாறப்பனிடம் அகப்பட்டுக் கொண்டதை எண்ணி அதிர்ந்தான்.

* பின்னர் என்னைப் பின்தொடராதே சுட்டுவிடுவேன் என்று கூறி தன் கையிலிருந்த துப்பாக்கியால் மாறப்பனை நோக்கி சுட்டான்.

3. ருத்ரய்யா ஆத்திரத்துடன் கூறியது என்ன?

* மாறப்பனை நோக்கி சுட்ட தன் குண்டு குறிதவறி பாழானதை எண்ணி ஆத்திரமடைந்த ருத்ரய்யா, தரையில் விழுந்து கிடக்கும் மாறப்பன் மீது மீண்டும் துப்பாக்கி குண்டு நடத்தலானான்.

* இந்த முறை என் குறி தப்பாது.

? என் காரியங்களில் குறிக்கிடும் யாரயையும் இந்த ருத்ரைய்யா விட்டுவைப்பதில்லை என்று கறுவியபடியே துப்பாக்கியின் விசையை மீண்டும் அழுத்தினான்.

4. மாறப்பன் மின்னல் வேகத்தில் ஈடுபட்ட செயலை விவரி.

.

? தன்னை நோக்கி சுடவந்த ருத்ரய்யாவின் காலை மின்னல் வேகத்தில் மாறப்பன் பற்றி இழுக்கவே,

.

? ஏய், காலைவிடு என்று, மாறப்பனின் உடம்பைப் பிரியிலிருந்து தப்பிக்க இயலாமல் கத்தினான் ருத்ரய்யா.

.

? அதற்குள் மாறப்பன் அவனைக் குதிரையிலிருந்து கீழே தள்ளினான்.

.

? அதற்குள் சிங்;கராயரின் ஆட்களின் சத்தம் மிக அருகில் கேட்டது.

.

? ஆனால் தன்னால் இழுத்து கீழே தள்ளப்பட்ட ருத்ரய்யா அசைவேற்று கிடப்பதை கண்ட மாறப்பன் தயங்கியபடியே எச்சரிக்கையுடன் அவன் அருகில் சென்றான்.

.

? தான் தப்ப வழியில்லை என்பதை அறிந்த அவன் தன்னைத் தானே சுட்டுக்கொண்டுவிட்டான் என்பதை உணர்ந்தான்.

.

? அதற்குள் சிங்கராயர் கூட்டம் தீவெட்டியுடன் வரவே அக்கூட்டத்தில் திம்மராயனும் இருக்கக் கண்ட மாறப்பன் அதிர்ச்சியுற்றான்.

.

? திம்மனிடம் அது பற்றி வினவவே, அவன் முகமூடி அணிந்திருக்கிறான் மாறப்பா என்றான் திம்மன்.

.

? பின்னர் அவனது முகமூடியைக் கிழிக்கவே, அங்கு திருமலையைக் கண்டு அதிர்ச்சியடைந்தான் மாறப்பன்.

5. திருமலை ஏன் உருமாற்றம் கொண்டான்?

? திம்மராயனைக் கொள்ளைக்காரனாகக் காட்டுவதற்காகவும்,

? மாறப்பனையும், திம்மராயனையும் தீர்த்துக்கட்டவும்,

? திம்மராயனின் பெயர் மற்றும் செல்வாக்கைக் கெடுக்கவும்

? திருமலை உருமாற்றம் கொண்டான்.

6. திம்மராயன் சங்கிலியைப் பற்றி மாறப்பனிடம் கூறியது என்ன?

திருமலையைப் பிடிப்பதற்காக தான் சில சந்தர்ப்பங்களில் கொள்ளைக்கார ருத்ரய்யா போல் செயல்பட நேரிட்டதாகவ தானே மாறப்பனிடம் சங்கிலியைப் பறித்தும் மீண்டும் அவனிடத்தில் ஒப்படைத்ததாகவும் கூறினான் திம்மராயன்.

7. தலைநகரம் திரும்பிய மாறப்பனிடம் அரசர் என்ன கூறினார்?

தலைநகரம் சென்ற மாறப்பனைக் கண்டு ராயர் மிகவும் மகிழ்ச்சியடைந்தார். அவனிடம் நம் நாட்டு மற்பேரிலும் பறங்கியரின் குத்துச்சண்டையிலும் வல்லவனாக விளங்கும் அவனை தன் நாட்டு ஆஸ்தான மல்லனாக அறிவித்தார் மகாராயர்.

8. ராயர் லஷ்மியிடம் கூறியதையும் அதற்கு லஷ்மி கூறிய மறுமொழியும் யாது?

? ராயர் லஷ்மிதேவியிடம், அவள் ஏன் அரசவாழ்வை வேண்டாம் என்று கூறினாள் என்பதை

வினவினார்.

.

? மாறப்பனை அரசனாக்குவதாக வாக்களித்தார்.

.

? அதற்கு லஷ்மிதேவி குறுக்கிட்டு, தனக்கு மாறப்பன் இருக்கும் இடம் தான் ஆயோத்தி(ராமர் இருக்கும் இடம் தான் அயோத்தி) என்று குறிப்பிட்டு தானும் அவருடன் தமிழகம் செல்லப்போவதாகக் கூறினாள்.

9. திம்மராயனுக்கு மாறப்பன் என்ன கமைறு செய்தான்?

மகாராயர் தனக்கு அளித்த சந்திரகிரி அரசப் பதவியை தன் நண்பன் திம்மராயனுக்கு வழங்க மன்னரிடம் வேண்டுகோள் விடுத்து, தன் நண்பனுக்கு கமைறு செய்தான் மாறப்பன்.

10. திம்மராயன் நாத்தழுதழுக்கக் கூறியது என்ன?

மன்னனாகும் மகத்தான வாய்ப்பு கிடைத்திருந்தும், அதனை ஏற்காது தன்னை சந்திரகிரிக்கு மன்னனாக்க எண்ணிய மாறப்பனிடம் நாத் தழுதழுக்க நன்றிப்பெருக்கை கூறினான்.

11. பதவி வேண்டாம் என மாறப்பன் ராயரிடம் மறுக்கக் கூறிய காரணம் என்ன?

o

திம்மன் அரசியலை நன்கு தெரிந்திருப்பதாலும்,

o

உரிமைப்போரையும், வாரிசுப் போரையும், அரசியல் சூழ்ச்சிகளையும் சமாளிக்க வல்லவன் என்பதாலும்,

o

அதுபோன்ற திறமை தனக்கு இல்லாததாலும்,

மன்னரின் ஆசியும், ஆதரவும் இருப்பதால் திம்மராயனால் சந்திரகிரியை சிறப்பாக ஆளமுடியும் என்பதாலும் அவனுக்கு அப்பதவியை வழங்கியதாக மாறப்பன் கூறினான்.

12. அரசபதவியை நிராகரித்த மாறப்பனிடம் ராயர் கூறியது என்ன?

? அரச பதவியை நிராகரிக்க எண்ணிய மாறப்பனிடம் ராயர், தென்னகத்தில் தன் பிரதிநிதிகள் மதுரையை ஆள்வதாகவும்

? மாறப்பனின் வீணாகாமல் இருக்க அங்கு அவன் படைத் தலைமையை ஏற்கும் படியும் மன்னர் மகாராயர் ஆணைபிறப்பித்தார்.

13. இறுதியில் லஷ்மியின் வினாவும் மாறப்பனின் விடையையும் யாது?

ராயரும், தன் நண்பனும் அளித்த வகைமதிகளுடன் தன் தாயின் முன்னால் லஷ்மியைக் கொண்டுபோய் நிறுத்தி, அவள் ஆசியுடன் லஷ்மியை மணக்க முடிவுசெய்த மாறப்பன் லஷ்மிதேவியின் வேண்டுகோளுக்கு இணங்க அவளுக்குக் காவிரி நதியின் அழகையும், வளத்தையும் காட்டினான்.

தொகுத்து வழங்கியவர் திருமதி ஸ்ரீ விஜயலஷ்மி. தமிழாசிரியை

கோயம்புத்தூர்

கைப்பேசி எண் **98432 97197**

Contents